ሱታፌ

ሱታፌ

ከበደች ተክለአብ

THE RED SEA PRESS
TRENTON | LONDON | NEW DELHI | CAPE TOWN | NAIROBI | ADDIS ABABA | ASMARA | IBADAN

THE RED SEA PRESS
541 West Ingham Avenue | Suite B
Trenton, New Jersey 08638

Cover art and design: Kebedech Tekleab
Typset: In-house

Cataloging-in-Publication Data may be obtained from the Library of Congress.

ISBN: 978-1-56902-876-6

ለእናቴ ለወይዘሮ ምሥራዊት ገብረእዝጊ

እና

ለመስከረም ግርማ

ምስጋና

ዶር. ግርማ አውግቸው ደመቀ
ሰዓሊ እሸቱ ጥሩነህ
ዶር. ኮከብ ሞገስ
ምስጋና የሚከብደው ደጋፊዬ

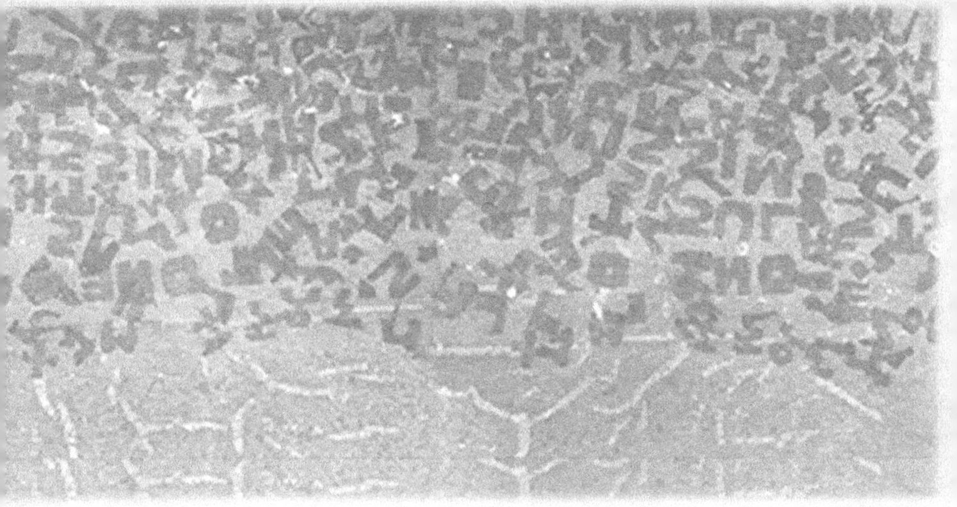

ማውጫ

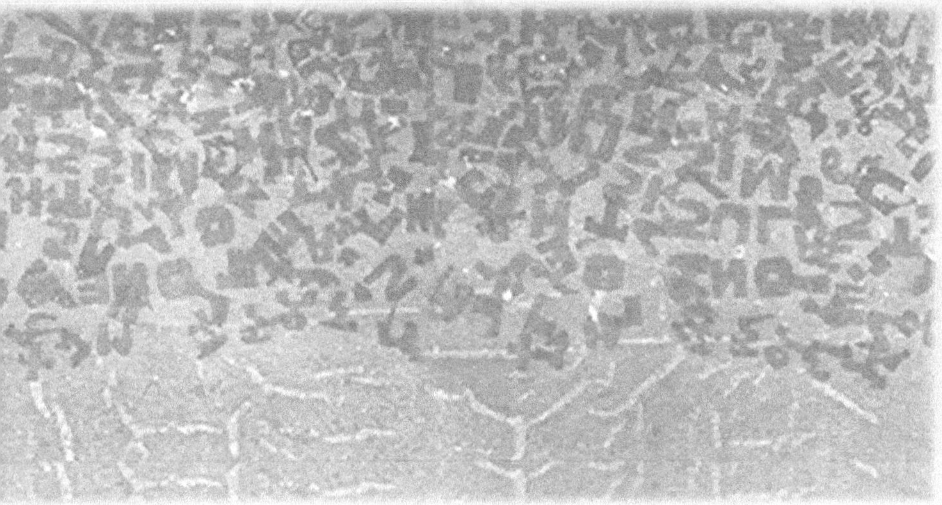

መቅድም

"ሱታፌ" የተሰኘው ይህ የግጥም ስብስብ ከሰላሳ ዓመታት በፊት ያሳተምኩትን "የት ነው?" የተሰኘውን የመጀመሪያ የግጥም መጽሓፌን ይከተላል። ምንም እንኳን ግጥም መጻፌን አቋርጬ ባላውቅምና በተናጠል በተለያዩ የአማርኛ መጽሔቶች ላይና የእንግሊዘኛ ቋንቋ መጽሔቶችና አንቶሎጂዎች ውስጥ ቢካተቱም እንደመድበል አልታተሙም ነበር። የተናጠል ግጥሞችን አሰባስቦ ለህትመት ማብቃት እራሱን የቻለ ሥራ ነውና የራሱ የሆነ ትኩረትና ጊዜን ይጠይቃል። በዚህ ምክንያት ግጥሞቼ በመጽሓፍ መልክ ላንባቢያን ሳይደርሱ ብዙ ዓመታት አለፉ።

"የት ነው?"ን ቀደም ብለው ያነበቡ በርካታ የግጥም አፍቃሪዎች መጽሐፉ ከገበያ ውጪ በመሆኑ በድጋሚ ቢታተም ጥሩ እንድሚሆን አሳስበውኝ ነበር። ለዚሁም ምስጋናዬ ከፍ ያለ ሲሆን እኔም ስላመንኩበት የሰጡኝን አስተያየቶች በመቀበል "ከሱታፌ" ጋር ጎን ለጎን በድጋሚ እንዲታተም አድሪጊያለሁ።

"ሱታፌ" እና "የት ነው?" በተለያዩ ጊዜያት እና ሁኔታዎች ቢጻፉም ልዩነትም ተመሳሳይነትም አላቸው። ከልዩነቶቹ መሃል እድሜ አንደኛው ነው። "የት ነው?" ውስጥ የተካተቱት አብዛኛዎቹ ግጥሞች ከሃያ እስከ ሃያ አምስት ዓመት እድሜ ላይ ሆኜ የጻፍኳቸው ነበሩ። መጽሓፎቹ የተፃፉባቸው ሁኔታዎችም ልዩ ናቸው። "የት ነው?" በ1970ዎቹ (እንደ አውሮጳ አቆጣጠር) መጨረሻ ላይ በሶማሊያ እና በኢትዮጲያ መሀከል ጦርነት በተነሳበት ወቅት በሶማሊያ ውስጥ ለአስር ዓመታት ያክል በታሰርኩባቸው ጊዜያት ነበር የተጻፈው። ግጥሞቹ የሚያንፀባርቁትም የከባዱን የእስር ዓመታት ሕይወት ነው። "ሱታፌ" ወስጥ የተካተቱት ግጥሞች ከእስር ከተፈታሁ በኋላና ወደ አሜሪካን አገር መጥቼ ከቤተሰቦቼ ጋር ተቀላቅዬ

የእስር ጊዜዬ የፈጠረውን የሕይወት ክፍተት ለማጥበብ በትምህርትና በሙያ ላይ በተሰማራሁባቸው ጊዜያት ውስጥ የጻፍኳቸው ናቸው።

ሥራ የሰው መስታወት ነውና በተናጠል የጻፍኳቸውን ግጥሞች ማሰባሰብ በጀመርኩበት ጊዜ ነበር "ሱታፌን" እና "የት ነው?"ን የሚያስተሳስራቸው የግንዛቤ ክር ጎልቶ የታየኝ። ይህም ክር ሰጋቶቼን፣ ምኞቶቼን፣ አፍቅሮቴን፣ እና ትዝብቴን አብሮ የገመደ ነው። ኢሰበአዊነት እንደሚያሰጋኝ ሁሉ ሰብአዊነትም ልቤን ይሞላዋል። እሱም እንዲበዛ እመኛለሁ። ይህም፣ ምኞቴን ከብዙሃኑ የሰውልጅ ምኞቶች ጋር ያስተሳስረዋል እንጂ ብቸኛ አያደርገውም። በሶማሊያ እስርቤቶች ወስጥ የታዘብኳቸውን ሁለቱንም (ሰብአዊነትንና ኢሰብአዊነትን) እውነታዎች ያጣመሩ ክስተቶች የያንዳንዱን የግጥም ይዘት ለመቀስቀስ ረድተውኛል። ከእስር ውጪ ባለው ሕይወቴ ውስጥም የራሴን ሚዛን እንድፈትሽ የሚያሳስቡኝ ክስተቶች ተመሳሳይ ይዘት ላይ እንዳተኩር አድርገውኛል። የህብረተሰብ ስነ-ልቦናዊ እሴቶች በሰው ተግባር ስለሚከሰቱ ሰውን የመዘከር ዝንባሌዬ በሶማሊያ እስርቤቶች ወስጥ እያለሁ የጻፍኳቸው ግጥሞች ውስጥ በብዛት የመገኘታቸውን ያህል በዚች መጽሓፍ ውስጥም ሰዎችን የሚዘክሩ ብዙ ግጥሞች አሉ።

"ሱታፌ" የዓለምና የሀገር ቸግር ትስስሮችን እንድመዝን ምክኒያት የሆኑኝን ክስተቶች ታሳያለች። በምስራቅ አፍሪካ እንደ ኢትዮጲያ፣ ኤሪትርያ፣ ሶማሊያ፣ እና ሱዳን በመሳስሉ ሃገሮች ወስጥ በየጊዜው የሚነሱ የህብረተሰብ አለመረጋጋቶች፣ አመጾችና ጦርነቶች፣ በሌላው ዓለምም የሚከሰቱ ህብረሰባዊ ህውከቶች፣ የሃገር ግጭቶች እንዲሁም በአነዚህ ምክንያቶች የሚመጡ የህዝብ ፍልሰቶች፣ እነሱም የሚያስከትሉት የተቀባይ እና የስደተኛ ህብረተሰባት ተቃርኖዎች እና የሞራል ጥያቄዎች የበርካታ ግጥሞቼ መሪ ሃሳብ ሆነውኛል። ሆኖም ግን እነዚህን አንኳር ጉዳዮች የምገነዘባቸው ግለ-ሰቦች ላይ በሚያደርሱት የጉዳት ነፀብራቅ ነው። ስለሆነም ዓለም-አቀፋዊ ፀባይ ይኖራቸዋል ብዬ አምናለሁ። ምክንያቱም ለሕይውታችን የሚያስፈልጉን መሰረታዊ ቁሳዊና ስነልቦናዊ ሁኔታዎች ተመሳሳዮች ናቸውና። እጦታቸውም እንደዚሁ በአካል፣ መንፈስና፤ ሕይወት ላይ የሚያደርሰው አደጋ ተመሳሳይ ስለሆነ ነው።

ለምሳሌ ያህል "ሞት ማስደንገጥ ሲያቅተው"፣ "ፍልሥጥኤም"፣ "ጥጥ እድሜ"፤ "ካራማጆ፡ የልጅ ህልም"፣ "ከረሜላ ህፃናት"ን የመሳሰሉት ግጥሞች ድንበር ተሻግረው ከግል ጉዳዮቼ ባሻገር ሰውና ሰውን የሚያስተሳስሩ የሰው ልጅ መሰረታዊ የመኖር ጥያቄዎችን እንዳስብ ረድተውኛል። የግል የሕይወት ጉዞዬም

በመጽሐፉ ውስጥ በመጠኑ ይታያል። ፍቅር እና ሞት፣ ስጋት እና ተስፋ ወዘተ. የዳሰሰው መንገዴ ደብዘዝ ያለ ብርሃን አርፎበታል።

ጽሑፍ አንዱ የማሰብ ሂደት ነው። የግጥምም ዋነኛው ተግባር ሃሳብን ቅርጽ እና ዜማ አላብሶ በውበት መግለጽ ነው። ውበትም ጽንፍና ወሰን የሌለው የስሜትና ልምድ ጅረት ነው።

ከላይ እንደተመለከታችሁት ይህ መቅድም የመጽሐፉን አጠቃላይ ጽንሰ-ሃሳብ ብቻ ነው እንደመንደርደሪያ የሚሰጠው። ስለሆነም ይዘቱንና የሥነ-ግጥም ስልቱን የማጣጣሙን ጉዳይ ለናንተ ለውድ አንባቢዎቼ እተወዋለሁ።

ከበደች ተክለአብ

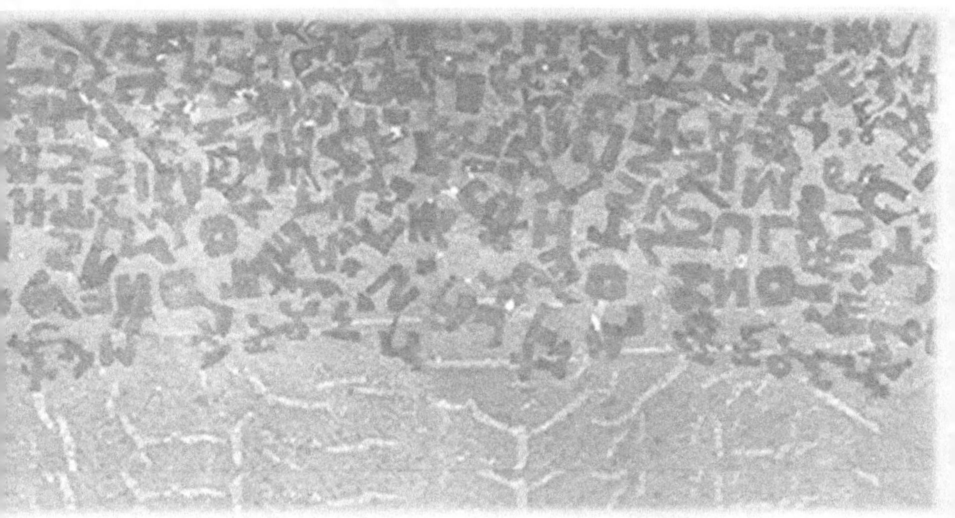

የደስታ ሱታፌ

ለምሥራዊት ገብረእዝጊ

በቀዘቀዘ ማለዳ እንደሚቀርብ ትኩስ ህብስት
የሀንን ክብ ደስታ መሃል ለመሃል ገመስኩት።
ካንቺ ጋር ልቋደስ ቃጣሁ
መለየትሽን ዘነጋሁ

የጎመን ዘር ፍሬ ታህል
ደስታ ቢበተን ልብሽ ላይ
እንዳበባ ተክል ይፀገያል
በውስጥሽ መቻ ይባክናል

ለም ነው የልብሽ ንጣፍ
እንደ ፀደይ አበባ ምርት በቀለማት የደመቀ
የውስጥሽ መዓዛ ዘልቆ አንደበትሽን ያረቀ
ከእንክርዳድ መሃል የማልተክለው ንፁህ ደስታ ይዣለሁ
ለምለም ልብሽን ፍለጋ አገር ላገር እዞራለሁ።

ሰቫና ጆርጅያ
2014 (እንደ አዎሮጳ አቆጣጥር)

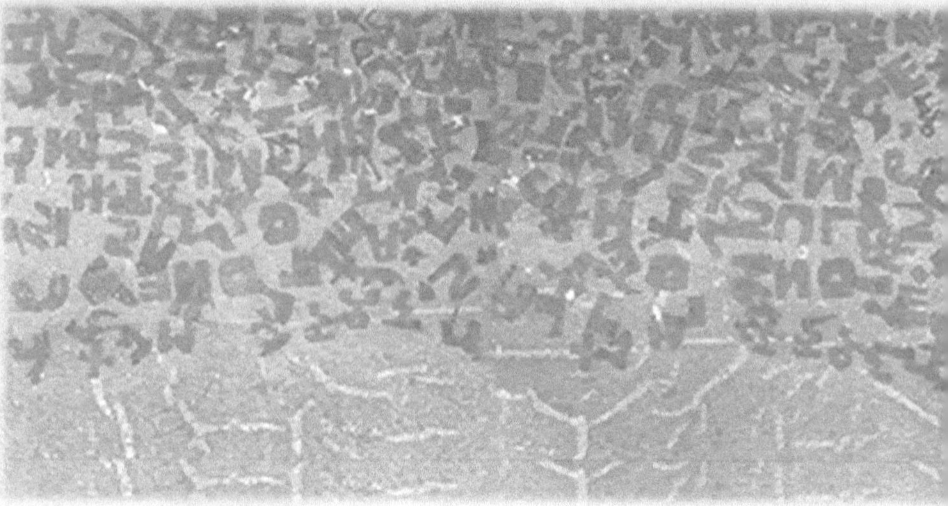

ጥጥ እድሜ

ይህ የስደት ዘመን እንዝርት
ያልተባዘተ ጥጥ እድሜ
በላዩ ያጠነጥናል
ሕይወት ሳይፈለቀቅ
ጥፍጥሬው ከውስጡ ሳይለቅ
ጥንጥኔማ ሞልቷል ይላል

ሳይበዘት ሳይደወር
ሳይሸመን ሳይቀመር
ጥበብ ስሌቱ ሳይሰላ
ህብረ-ቀለሙ ሳይሰፍር
ገና ስም ሳይሰጠው
ሸማ ሆኖ ሳይለበስ
ኩታ ሆኖ ሳይደረብ
ቡራኬ ገና ሳይደርሰው
ይህ የስደት ጥጥ እድሜ
ሳይከር ይጠነጠናል
ሕይወት ገና ሳይሟሽ
ግብአት ደረሰ ይለናል

እምባራራ ዩጋንዳ
07/16/2017 (እንደ አውሮጳ አቆጣጠር)

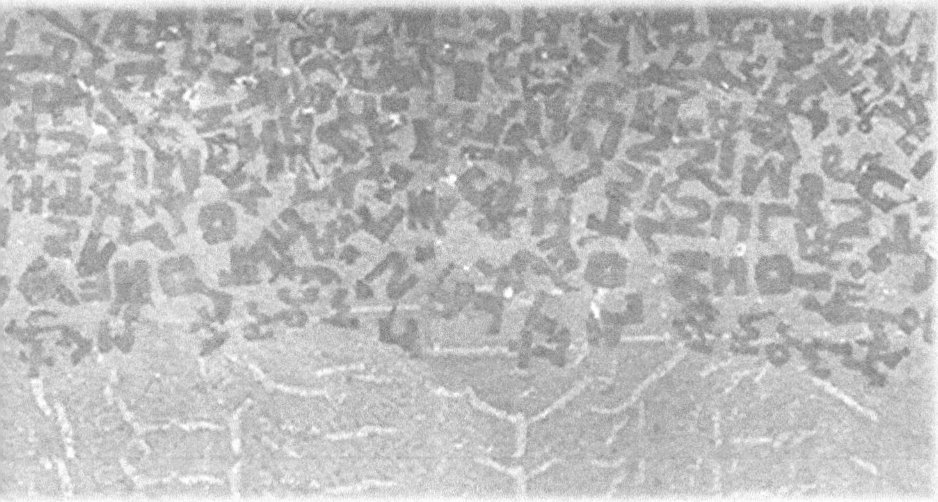

ነበር

ለነብይ መኮንን

ምነው ጀንበር በዛሬው ‘ለት
አይኑዋን ባንተ እጦት ከፈተች
ስምክን “ነበር” ብላ ጻፈች
የጻፍከው ተነቦ ሳያልቅ
ክታብ መጻፍክን ከደነች
ብእርህን አደረቀች
ቀለምህን አነጠፈች?

ምነው የጀመርነው መንገድ
መንታ እንደሆነ ቀረ
ይገጥማል እንዳልን አጠረ?

ያለፍክበትን ጽልመት
የሚያሸንፈው ብርሃን ሳቅህ
ለዛ የተካነው ቀልድህ
ዛሬ ቀንዲሉን አጨለመ
ስቃይ ውስጥ ጥበብ የሚያየው
የዓይንህ ብርሃን ከሰመ

ከዘመን ጋር ትግል ይዞህ
ጊዜ እድሜህን አሯሩጦ
ያለ ወቅትህ እንዳስረጀህ
አንተም ጥበብን ከጁ ነጥቀህ
ያለ ጊዜዋ አሯሩጠህ
ከድሜህ ብላይ አብስለህ
ላይ አድርሰህ
ጊዜ ከቶ ‘ማይሽርውን
የጥበብ እጽ አፀገየህ

ምነው ጀንበር በዛሬው ‘ለት
አይኑዋን ባንተ እጦት ከፈተች
ስምክን “ነበር” ብላ ጻፈች
ያይምሮህ ፍሬ ብዝሃ-ምርት
ኗሪ መሆኑን እያወቀች

ከበደች ተክለአብ
ጁላይ 3 2024 (እንደ አውሮጳ አቆጣጠር)

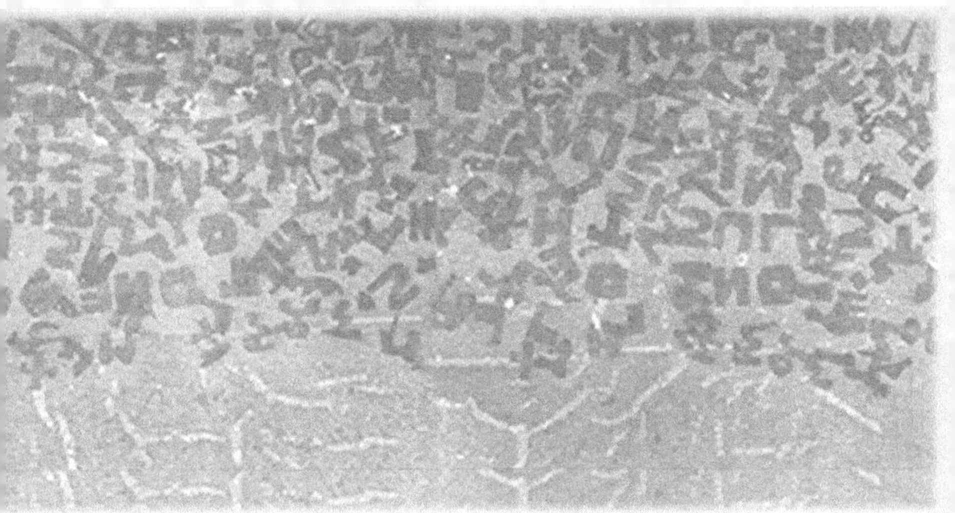

የራስ ምስል

መንታ መንገድ ላይ የበቀልኩ
አንዲት ረጅም አበባ ነኝ
ህብሬ ለሰው የማይገባ
መአዛዬ እማይገኝ
ተቀንጥሼ እምወሰድ
በጣት ታሽቼ እምሸተት
መዓዛ ስሰጥ የምሞት

መንታ መንገድ ላይ የበቀልኩ
አንዲት ምስኪን አበባ ነኝ
አላፊ አግዳሚ የሚያሸኝ

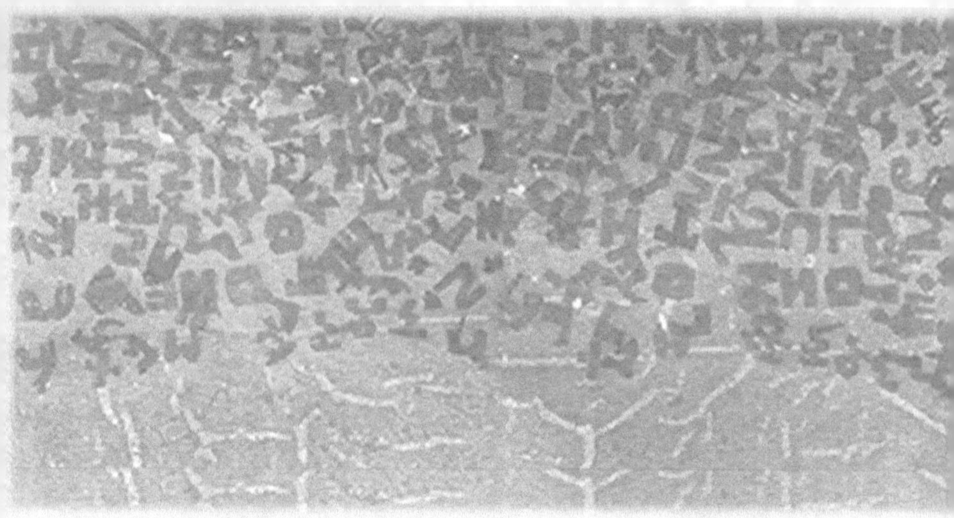

እንቆቅልሽ

እንቆቅልሽ
ምን አውቅልሽ

ከራሱ ጋር ተመሳጥሮ
እለተ-ሞቱን የመረጠ
ከህያዋን ጋር የተጓዘ
የራሱን ቀን የቆረጠ
ሞቱን በውስጡ ቋጥሮ
እሩጫዬን ፈጸምኩ ያለ
የሰው እርምጃ አቋርጦ
የሰውን ያዝግሞት ሂደት
በብርሃን ፍጥነት አሯሩጦ
ሳትዘጋጁ ደረስኩ
ምጻት እኔ ነኝ ያለ
ቁጣው ሰደድ ያረገው
በቀሉ ከእቶን የጋለ
ምንድነው?

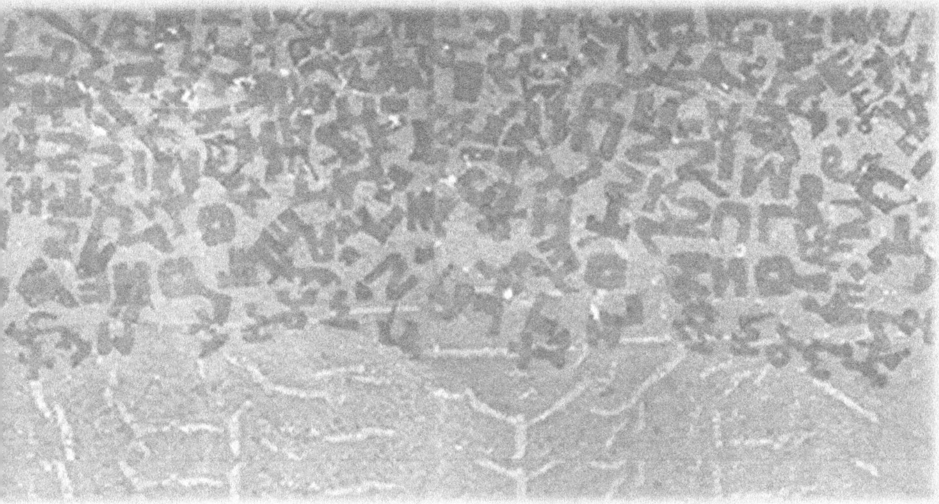

የጥበብ ሰው ህልፈት

ከያኒ ሲያልፍ አያልፍም
የውሃ ፍሰት ዲሳን ነው
በአእላፍ እማይቆጠር
አንድ አይደለም ብዙ ነው
በስፍር የማይሰፈር

በቅኔ ድርሰት ንባብ ውስጥ
በቃላት መሃል የሚገኝ
በፊደል ጥግ ተሸሽጎ
ትውስት እንደህልም የሚናኝ
በተውኔት ማሃል ደባቡን
በወሬ መሃል ቀልዱን
በህመም መሃል ክብሩን 'ማያስረሳ

ስሙኝ ሳይል የሚሰማ
ሳይጋፋ ቦታ ያለው
ህልፈቱ ርቀት የሰጠው
ርቀቱ ግዙፍ ያረገው
ከያኔ ሲያልፍ አያልፍም

ከበሮ ሲንር አድምጡት
በጅማትና ጣት መሃል
ክራር ሲከረር ለዩት
ድንጋይ ሲቀረጽ ስሙት
ሸራ ሲቀለም እዩት
አበባ ሲያብብ ቃኙት
በጭለማ ግርማ ልባስ
በኅህ ቅላት ወስጥ ዳብሱት
አዋሽ ሲሞላ አስቡት
ድርቅ ሲመጣ ጥሩት

ከያኒ ክብሩ ፍጥረት ነው
ከያኒ ፍቅሩ ጥበብ ነው
እጥበብ መሃል ፈልጉት

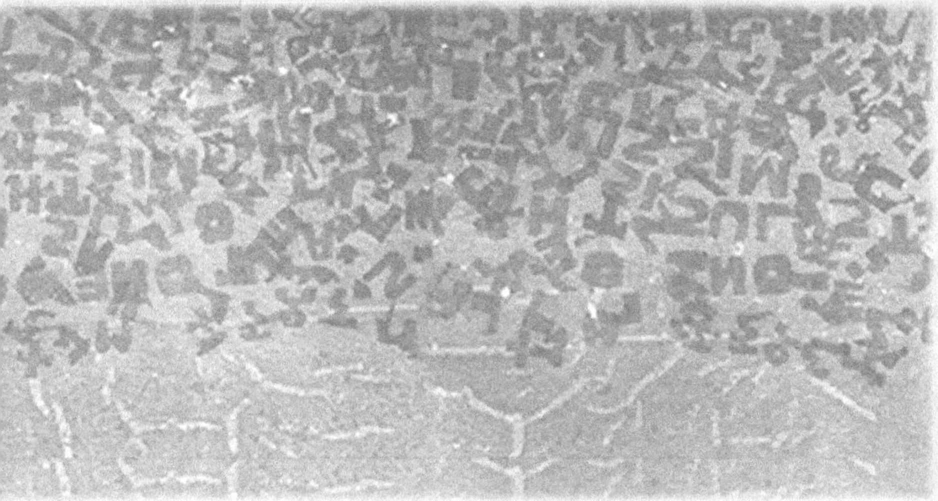

መልካም የልደት ቀን

እንኳዋን ተወለድክ
የፍቅር ዘንግ በጅህ ይዘህ
የጊዜ እምብርት ላይ ቆመህ
የዘመን ቅንቱን አጥፈህ
በፍቅር ህፃን ልታረገኝ
እኔን ዳግም ልትወልደኝ
እንኳዋን ተወለድክ
የፍቅር ዘንግ በጅህ ይዘህ
እንደ ስስ አየር ረቀህ
በቆዳዬ ውስጥ ሰርፀህ
እንድትኖር
እንኳዋን ተወለድክ
ለኔ

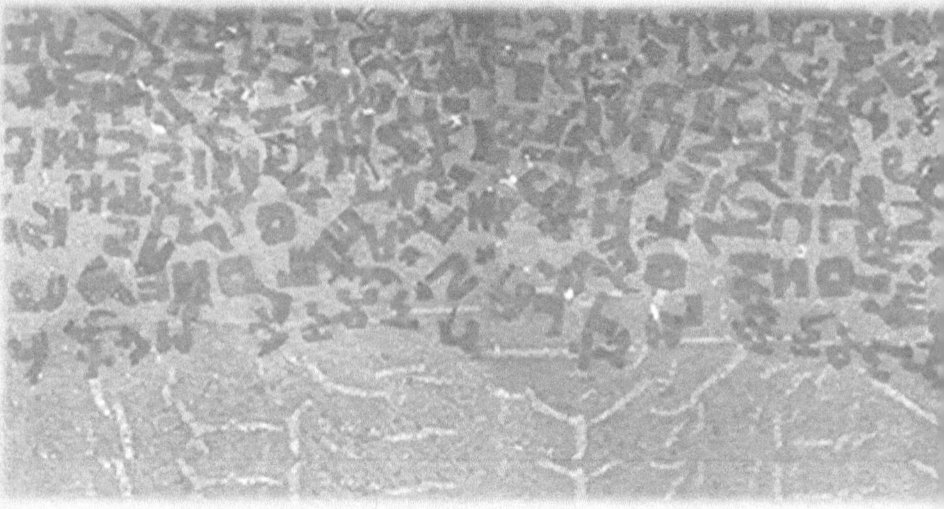

ፀጥ ብትይ እመርጣለሁ

(ኔሩዳ)

ውርስ ትርጉም

ፀጥ ብትይ እመርጣለሁ
ፍፁም የሌለሽ ሲመስል
ከርቀት ሆነሽ ስትሰሚኝ
ድምፄ ግን ሊነካሽ ሳይችል።
ርቀው የሄዱ እስኪመስል
አይኖችሽ ከዚህ ገስግሰው
ከንፈሮችሽ በከናፍር
በመሳም ህትመት ተዘግተው
ያካባቢዬ ቁሶች ሁሉ
በመንፈሴ እንደተሞሉ
ከውስጣቸው ትመጪአለሽ
እንደ ራሴ መንፈስ ሆነሽ
በህልም እንደሚታይ ቢራቢሮ
እንደ ሃዘን ትደሚያለሽ (መድመም)።
ፀጥ ብትይ እመርጣለሁ
ርቀሽ የሄድሽ ሲመስል
ሃዘን የጣለብሽ ያክል
ቢራቢሮ- እንደ እርግብ እምትቆዝም

ከርቀት ትሰሚኛለሽ
ድምጼ ግን አይዳስስሽም
በፀጥታሽ ውስጥ ፀጥ ልበል
በዝምታሽ ውስጥ ላውራሽ
በዝምታሽ ውስጥ ቃል ልጣል
እንደ ቀለበት የረቀቀ
እንደ ፋኖስም ድምቅ ነው
በሰማይ አካላት አምሮ
ፀጥ እንዳለ ሌሊት ግርማ
ያንቺም ዝምታ እንደዛ ነው
ፀጥታሽም የኮከብ ነው
እሩቅ ሆኖ የማይጠፋው።
ፅጥ ብትይ እመርጣለሁ
ፍፁም የሌለሽ ሲመስል
የራቀ፤ በሃዘን የተደመመ
አንቺ የሞትሽ እስኪመስል
ግን
አንድ ቃል ካንቺ በቂ ነው
አንድ ፈገግታ ፍጹም ነው
ልቤ በደስታ እንዲሞላ
በሕይወት እንዳለሽ ሳውቀው.

2019 (እንደ አውሮጳ አቆጣጠር)

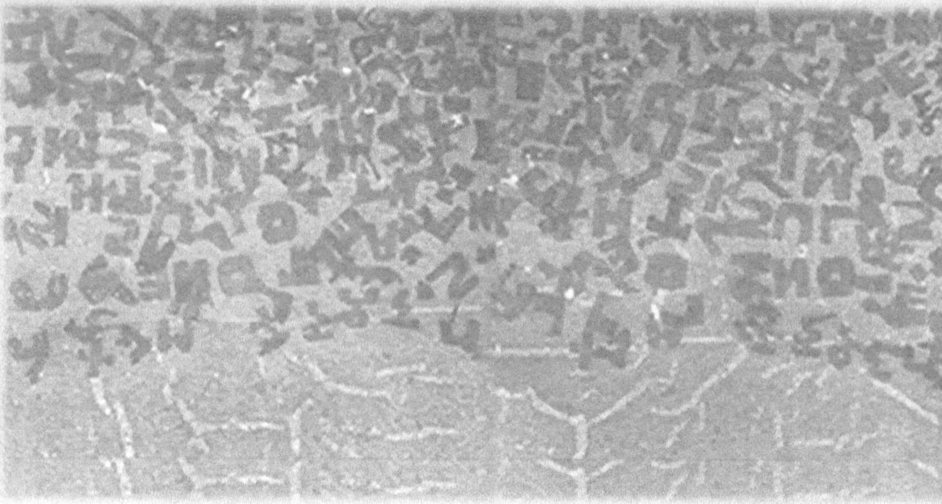

ካራማጆ፤ የልጅ ህልም

ለንደኔ አይነቱ ሰውማ
ጋቢም ይኮሰኩሳል
የሽንኩርት ልጣጭ እስትንፋስ
እንደነበልባል ይፋጃል
ለንደኔ አይንቱ ሰውማ
እንጦጦ ጋራ ጢስ ሲጨስ
ዓይን መርካቶ ያለቅሳል
ለንደኔ አይነቱ ሰውማ
ትራስም ይቆረቁራል

ማደሪያህ የህንፃው እግር
መቀመጫያህ የቀይ አፈር
መንበርህ የጥርጊያ ድንጋይ
አየርህ የመኪና ጢስ
አልባስህ የቀትር ፀሐይ

ዓይንህ ዓይኖቼን ሲቃኝ
ልጅነትህን አይቻለሁ
ውሎህን ተገንዝቤአለሁ
የሆድህ ስፋት ወሰኑ
የፍላጎትህ እርከኑ
የሰው እጅ እንደሁ አውቃለሁ

እውነህን ነግረኸኛል
ህልምህን እማለላለሁ።

ካምፓላ ኡጋንዳ
ጁላይ 10/27 (እንደ አውሮጳ አቆጣጠር)

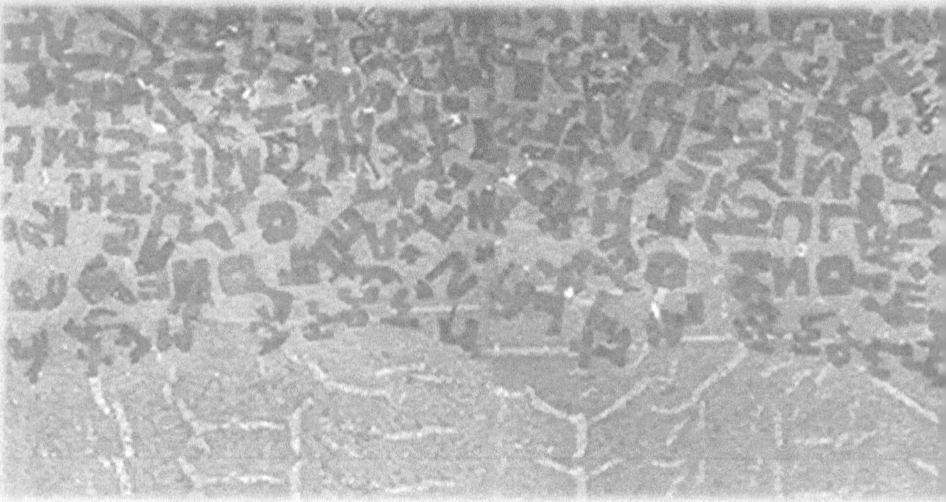

ያይን ሽባብ (ለስደተኞች)[1]

ግራጫ አቧራ ለብሼ
ሰማያዊ ህብር ባለው
የከል አፈር ተለውሼ
አይኔ በሃዘን ተሸብቦ
ሰማያዊ ኩል ተኩዬ
በሰማያዊ ህብረቀለም
ጥቁር ጸጉሬን በክዬ
“ከሰማያዊ ህዝቦች”፣
ከተዋሬግ ጨርቅ አልባሳት
በተቆረጠ እራፊ
እራሴን ሸብ እንዳረኩ
ሰማያዊ አመድ ውስጥ ወደቅኩ።

የበደውን ምድር ረገጥኩ
የድሜ ሽብሽቡን ማተርኩ
ከጫማ አልባ እግሮቼ ስር
ስንጥቁ ግራጫ መሬት

---

1 ደራሲዋ ቀደም ብሎ በእንግሊዝኛ ከጻፈችው **Blindfold** *(For the Refugees)* የተረጎመችው. **Blindfold** *(For the Refugees)* ቀደም ሲል *“Blue and Gray: This Era of Exile”* የተሰኘው ሥራዋ ላይ ታትሟል።

በቡናማ ሀብር ቀልሞ
የፊት እጣዬን አትሞ
ስንጥቆቹን በግሬ መዳፍ
እንደ ብሬል ዳሰስኳቸው
ለየኋቸው።
የትኩስ "ላቫሽ" ጥኡም ሽታ አፍንጫዬ ላይ ሽው ይላል
የጠቆረ ትልቅ ቁራ ፊቴን አግድም ያቋርጣል።
ወደ ባሕሩ ለመድረስ ይህንን ምድር አቋረጥኩ
የሜዲትራኒይንን ኣማልክት ልማጸናቸው እያሰብኩ።

የተቆጣው ባህር ፊት ቆምኩ።

የጀልባውን ደጃፍ ሳልረግጥ
እሱም ባህር ውስጥ ሳይሰምጥ
የቆሰሉ እግሮቼን ጠረ'ኩ
ቀሪ አሸዋውን አራገፍኩ።

ያን ሰማያዊ ልድልድ ፍሳሽ
አየር ይመስል ሳብኩት
ዝርጉን የባህር ወለል ከራሴ በታች አየሁት
የቀዘቀዘው መአድን አጥንቴን ዘልቆ ሲገባ
ከደሜ ጋር ሲቀላቀል ኣስተዋልኩት
ከተመረዘው ደሜ ጋር
ያኔ ገና
በስተ ጀርባዬ ያለው መንደር
አመድ ሆኖ እስኪጠፋ በሳት ሲገር
ሰዎቹ የጨው አምድ ሆነው ሲቀሩ
እንደ ሎጥ ሚስት ወደ ኋሊት ባተኮሩ
ሂደትን በመረመሩ።

ኒውዮርክ

06/08/21 (እንደ አውሮጳ አቆጣጠር)

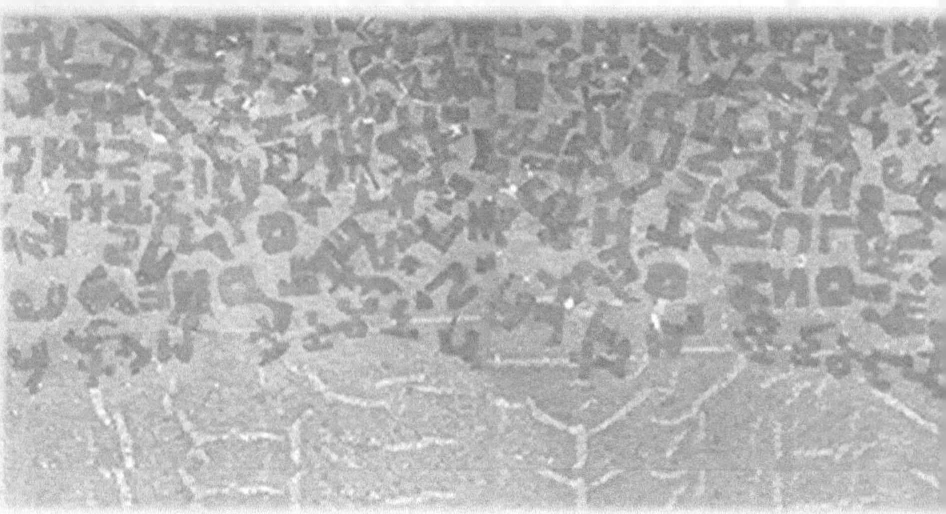

ከተማም እንደ ሰው[2]

ሲከፋው፤
ከተማም እንደ ሰው ልጅ መልክ
የታመቀ ህመም ግርዶሽ
በበሩ ድባብ ይጥላል
የተነከረ ከል ሸማ
የጠቆረ ማቅ ይለብሳል
ፅልመት ፀሐዩን ያደምቃል
ሲቃጠል ብርሃን አይሰጥም
ሲጋይ ሙቀት አይወልድም
እንደ በረዶ ክምር
አጥንት ያቀዘቅዛል
የደም ዝውውር አግዶ
የስትንፋስ ሂደት ይዘጋል

አንድ ባንድ የተካበው ካብ
በቅፅበት ግፊት ተንዶ
በበቀል ክብሪት ይጫራል።

2 ቀደም ሲል አዲስ አድማስ ላይ የታተመ። ኢትዮጵያ ውስጥ በተለያዩ ቦታዎች ላይ ለተከሰቱ ህውከቶች።

ያልተቀመረ ብሶት ጎርፍ
አይኑን ጨፍኖ ይንዳል
የጊዜን ምልክት ሳያይ
የዘመኑን ስልት ሳያጤን
የመፍትሄ ክር ይበጥሳል።

ሃሳብን ከሰው የማይለይ
በእስትንፋስ የማይፀገይ
ችግኝ ይኮተኩታል።

ጁላይ 2020 (እንደ አውሮጳ አቆጣጠር)

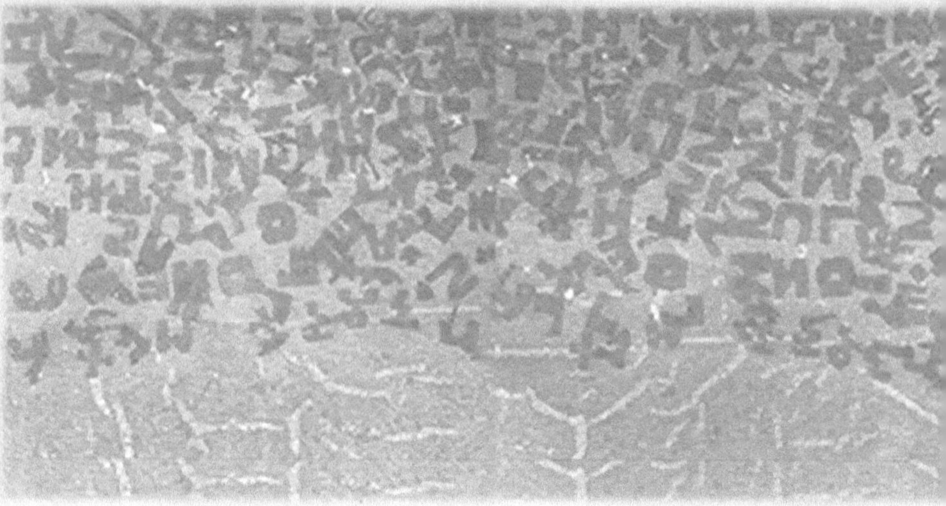

ሞት ማስደንገጥ ሲያቅተው[3]

ሞት ማስደንገጥ ሲያቅተው
ያን ጊዜ ነው
ምን መሆኔን የማላውቀው።

ነፍስ ከስጋ ስትለይ
ተመልሳ ላትከተት
የእንቁላል ዘመኑን አልፎ
ሰብሮ እንደወጣ ነፍሳት
እንኳን በግፍ ተሰርቃ
እንደሷ ሕይወት ባዘለ
በመሰሏ እጅ ተነጥቃ
በእንቅልፍ ዓለም እንኳን ብትቀር
ጀንበር ሲጠባ ባታይ
ለወትሮው
የቋሚው የውስጥ ለቅሶ
የሟሪው የውስጥ ብካይ
በቋሚው ውስጥ ነፍስ እንዳለ
የሚያሳይ ምልክት ነበር

---

3 ቀደም ሲል አዲስ አድማስ ላይ የታተመ። ኢትዮጵያ ውስጥ በተለያዩ ቦታዎች ላይ ለተከሰቱ ህውከቶች።

ሰውን እንደ ሰው ሲያከብር

ምክንያት ለማዳን እንጂ
ጥብቅናው ለሞት ከሆነ
ልቤ
ህልፈት ካደነደነው
ነፍስ ሲጠፋ ካላዘነ
ማልቀስ ያለብኝ ለኔ ነው
በውስጤ ሕይወት ለሞተው
የፍትህ ዘር ለማልዘራው
አመፅ በመላ ለማልፈታው
ብሶት በሚዛን ለማልዳኘው
የሰላም ምርት ለማላጭደው
የሰው ሞት ካደነደነኝ
ማልቀስ ያለብኝ ለኔ ነው።

ጁላይ 2020 (እንደ አውሮጳ አቆጣጠር)

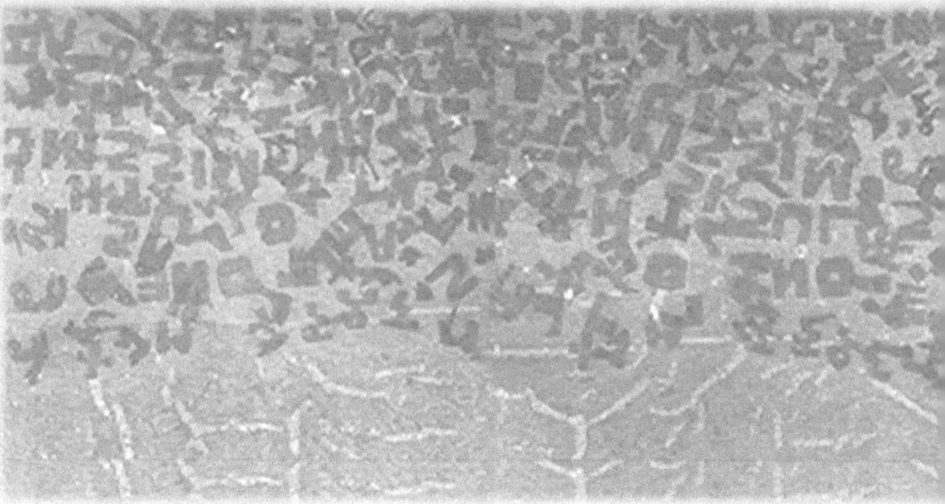

ለታሰረው ህጻን ወላጅ[4]

US/Mexico ድንበር

ዋጋ ካለው
ያን የሰጡሽን ቁጥር
ጠበቅ አድርገሽ ያዥው።
የግል ቦርሳሽ ይመስል
የግል ቋጠሮሽ ያህል
ከስርቤት መግቢያው በር ላይ
ያስረከብሽውን ልጅሽን
ያልበረታ ህጻንሽን
ዳግም መልሰሽ እንድታቅፊው
ጸልይ!
ልጅሽ ከቁጥሩ እንዲዛመድ
መለያሽ እሱ ነውና
ምናልባት ጸሐይ ብትወጣ
አበባውን ብታደምቀው
እንቡጡን አትለይምና

---

4 ደራሲዋ ቀደም ብሎ በእንግሊዝኛ ከጻፈችው *'To the Parent of a Caged Child: US/Mexico Border"* የተረጎመችው *" To the Parent of a Caged Child'* ቀደም ሲል *'Blue and Gray: This Era of Exile"* የተሰኘው ሥራዋ ላይ ታትሟል።

ጸልይ!
ቁጥሩን በቁጥርሽ እንድትለዩ።

ለልጅሽ ማንባቱ ይብቃሽ
የሃዘን ጽዋሽ ሞልቷል
ለዝንታለም ለሚመጡት
ሰለባዎች ይዳረሳል።
ቀና ብለሽ ሰማይ እዩ
እነሆ ጀርባሽ ባዶ ነው
ሸክሙን እልብሽ አውርደሏል
የጫንቃሽ ጭነት ቀሏል
የልብሽ ሸክም በዝቷል
ፍቅርሽን ‘ጉያሽ ሸሽጊው
በልብሽ ማህደር ያዥው
የእስር ኬላዎች የሚሰብር
ድንበራትን የሚሻገር
ርህራሄ አልባውን ገድፎ
ለምለም ልቦች ላይ የሚሰፍር
ሰብዓዊነት ላይ የሚጸገይ
ሰብዓዊነት ላይ የሚከብር
ነውና።

2018 (እንደ አውሮጳ አቆጣጠር)

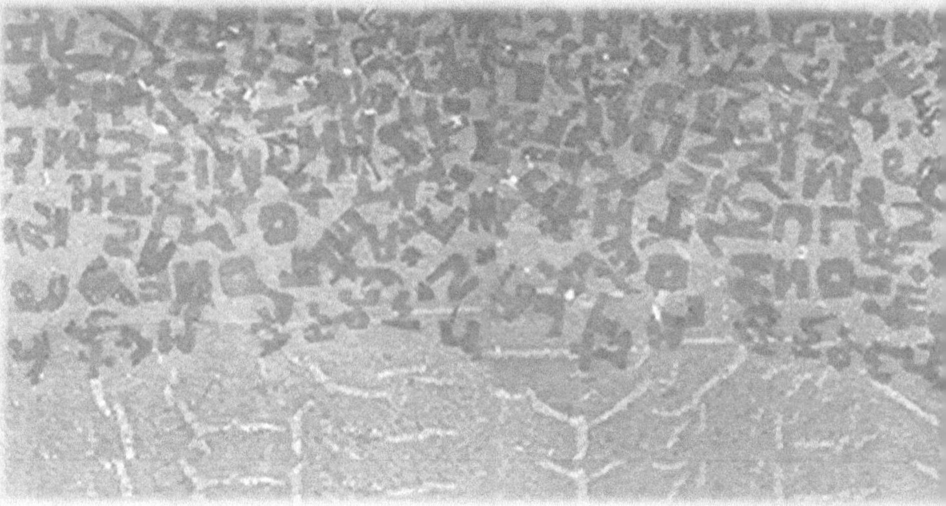

የተስፋ ትንሳኤ

ለሩዋንዳ ህፃናት

ተንዶ ከፈራረሰው
በራስ የቂም ጎርፍ ማእበል
ተሟጦ ከተጠረገው
ከፈረሰው፣
ከጨቀየው፣
ከዘቀጠው
አፋፍ ላይ እንዳደገ እፅ
ሰኔን መዝለቅ እንዳቃተው
ከተናደው
የሰብአዊነት ህንፃ ሥር
የታሪክ ዝቃጭ ክምር
ከዘቀጠው ከደለሉ
የሰብአዊነት ርዝራዥ
በለጋው መሬት መብቀሉ
የተበጠሰው ተስፋ ማተብ
እንደገና መቀጠሉ።

1999 (እንደ አውሮጳ አቆጣጠር)

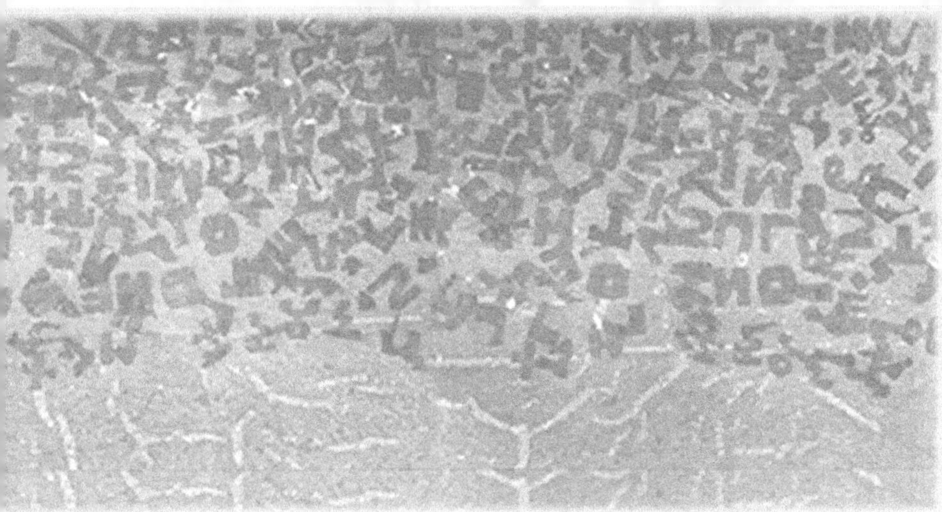

ዝሆኖቹ የማናቸው?

ለፕሮፌሰር አቢይ ፎርድ

ህልምህ ራእይ ሊያሳይህ
የትንቢት ልሳን ሲፈልግ
ከብዝሃ ቋንቋህ መሃል መርጦ
ከፈረንሳይ፣ ከእንግሊዝ፣ ከጣልያን ቃል አብልጦ
ልሳንህን ባገርህ ወግ በአማርኛ ባረከው
ማንነትክን በቀረጸው
መሰረትክን በነደፈው

“የማናቸው?” ብለህ ጠየቅክ
ያየሃቸውን ዝሆኖች
እነሱማ የኔ መምህር
እንዳንተው
ከሕይወት እርከን የገዘፉ
ከሰው እቅፍ የተረፉ
ከዓይን አድማስ ያለፉ
በዳሰሳቸው መዳፍ መጠን
ባያቸው አእምሮ ተመን
ልዩ ትርጉምን ያቀፉ
ትሁት ሆነው ዝቅ ብለው

የሰው ቀንበር የተጫኑ
የሰው ችግር ያመከኑ
የኔ መምህር
እነሱማ ልክ እንዳንተው
የዘመን ታሪክ ያቀፉ
የወደቀ ያላለፉ
ለራስ አብልጠው ያልዘገኑ
ሹመት ተሻምተው ያልተካኑ
ግዝፈታቸው አድማስ አጥቶ
እድገታቸው ሚዛን ደፍቶ
በየግል የተተመኑ
እነሱማ
እንዳንተው ግዙፋን ናቸው
እንዳንተው የህዝብ ናቸው

ሜይ 2018 (እንደ አውሮጳ አቆጣጠር)

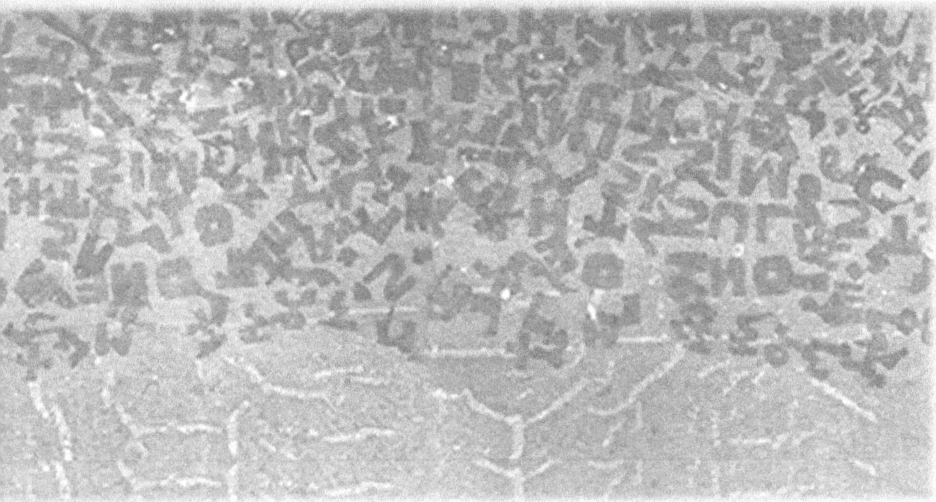

ቅጽበት

ዓይኔ እንባ አቀዘዘ
ልቤ የመውደድ ዕጽ
በውስጡ አረገዘ

በቀረረው እንባ በተንቀረዘዘው
አይኔ ያይንህን ወዝ
በጆቹ ዳሰሰው

የልብህን ቅኔ
በብሌንህ ለየው
በብሌኔ ልሳን በብሌንህ ልሳን
መወድሱን ጻፍነው
ቅኔውን ፈታነው
በጣቶቼ አንደበት ለጅህ አወጋሁት
ሚስጥሬን ነገርኩት
የገባው መሰለኝ
እጄ ብሬል ሆኖ
ጣትህ አነበበኝ

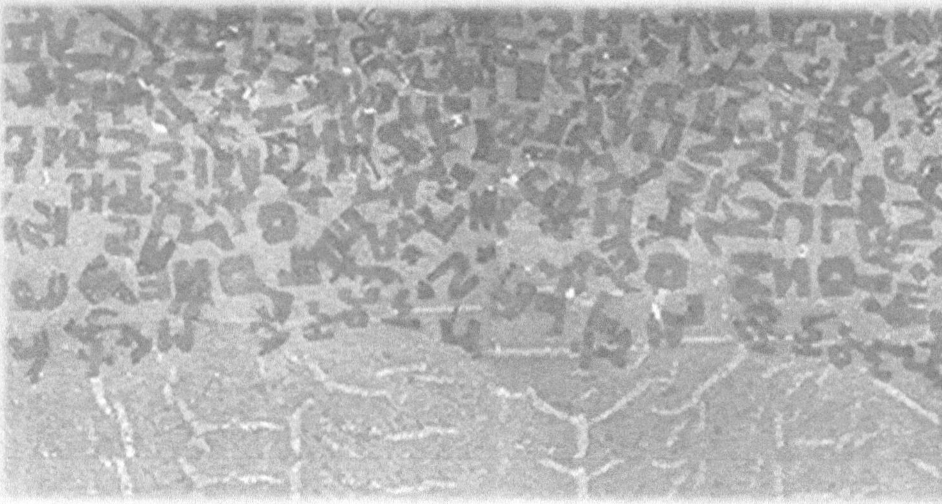

ፍቅር ጤዛ

እንደ ራስ ጌጥ ውብ ወለባ
እንደክት ልብስ ውብ ፈትል
እንደ ከቡር አልባስም ሃር
ወይ
እንደ አሸን ክታብ ሚስጢር
በልባችሁ መቅደስ ጽላት
በቅድስና አኑሩት
ቢሻችሁ እንደመናፍቅ
በሸሽግ ጣኡት አምልኩት
ወይ
እንዳንገት ድሪ ድንቅ ሥራ
ባደባባይ አጊጡበት
ብቻ ለነገ አትበሉት
ጤዛ ነው ፍቅር ካደረ
እስከ ቀትር የማታምኑት።

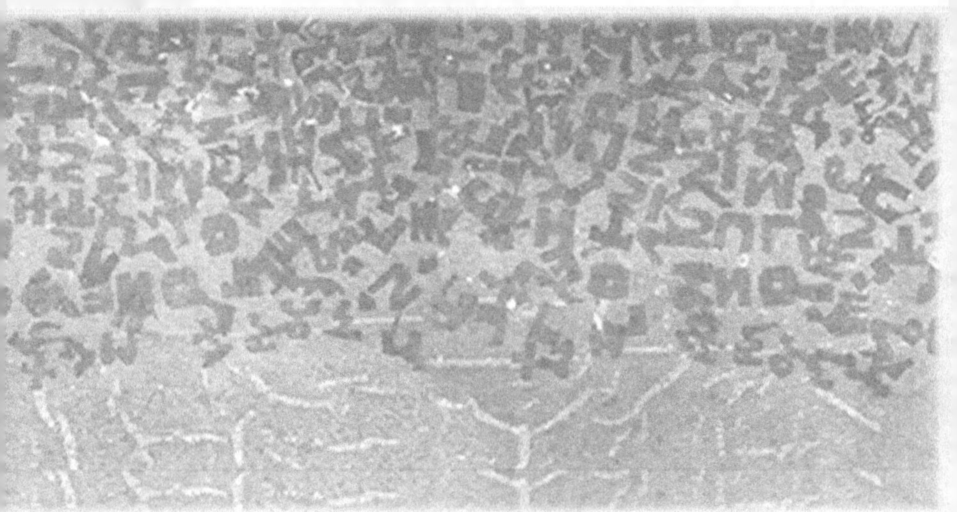

እኔና አንተ

እኔና አንተ ትላንት ነን
ዛሬን መሆን ያቃተን
እኔና አንተ ዛሬ ነን
ያበደች ግዜ ተፈናጠን
ጽርሃ-አርያምን የምንረግጥ
ሰማየ-ሰማያት ገብተን
ዝማሬውን እምናደምጥ
እኔና አንተ ምስኪኖች ነን
ያበደ ግዜ ላይ ቆመን
ነበር እና ነው የጠፋን
ከዛሬ ምህዋር ተነስተን
ወደ ትላንት የሸመጠጥን
በንዴት የጦፍን ያበድን
እራሳችንን ያቆሰልን
እራሳችንን ግዳይ ስንጥል
አገር አማን ነው እምንል
እኔና አንተ ሁሉን ነን
ብቻ ነገን ነው ያላየን።

2005 (እንደ አውሮጳ አቆጣጠር)

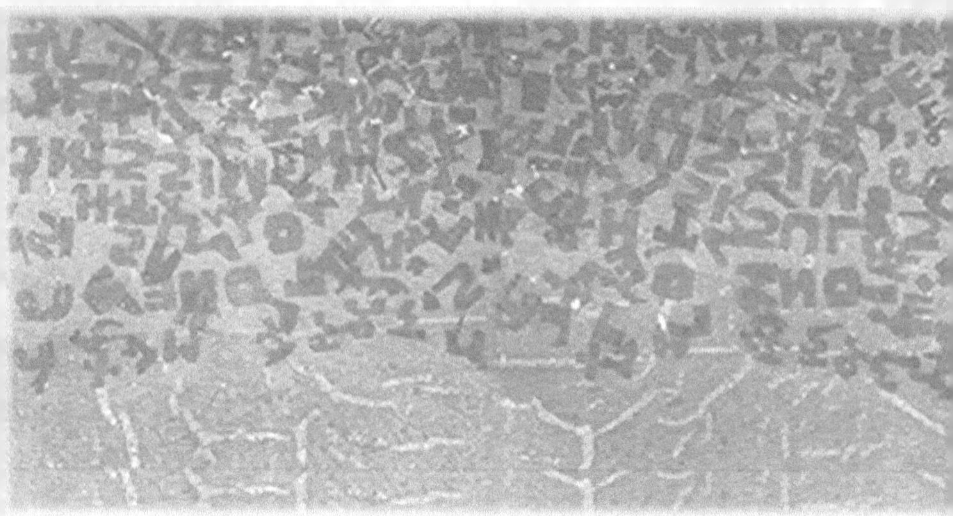

ሽራ ሙሉ ቀለም፣ አዲስ አበባ

ሽራ ሙሉ ጥቅጥቅ ቀለም
ቡናማ ከሰልማ ክምር
የተጠረበ መለመላ
አውታሩ የሚያቅፈው አጥቶ
ሥረ መስመሩ የጎላ
ግራጫ በቡናማ ላይ
ጥቁር ባመድማ ምሳይ
ተደራርቦ ተጠቅጥቆ
ተጠቅጥቆ ተደራርቦ
ተነባብሮ ተጨቅጭቆ
ችግሩ ሽራው ላይ ሰፎ
ጥበቡ ሥር ተደብቆ

አዲስ አበባ
1999 (እንደ አውሮጳ አቆጣጠር)

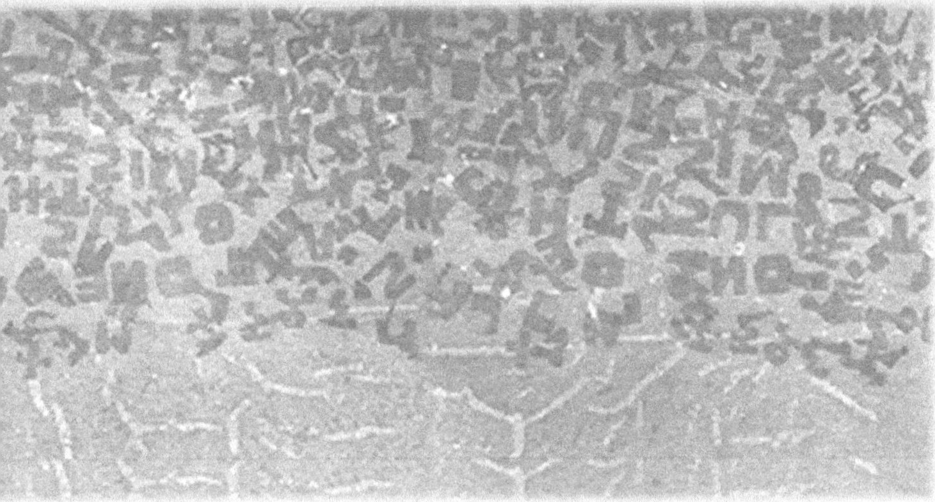

ፍለጋ

ለ እናቴ እና ልጆቻቸው ለጠፉባቸው ወላጆች

በየዕለቱ
ሰማይ ገና እንደቀላ
ከምድር ግጣም ሳይላቀቅ
የሱዳን ምድር ገና ሳይግል
የቅጠል ጤዛ ገና ሳይደርቅ
አንድ ዘይቱና ስንቅሽን
በመሃረብ እንደቋጠርሽ
ሰው ሳይነቃ ትወጫልሽ

የባእድ ቃል እንዳሸዋ በላይሽ ሲወርድ ይውላል
ሳታደምጪው ሳታጤኚው አጃቢሽ ሆኖ ይጓዛል
የውስጥሽ ብካይ ድምፁቱ ወይ አይለቅሽ ወይ አትለቂው
የት መፈለግ እንዳለብሽ ወይ አይነግርሽ ወይ አታውቂው

የካርቱምን ጎዳናዎች በግርሽ ስታዳርሺ
የከተማውን ድባቦች በብሌኖችሽ ስታርሺ
የሰው አሸን ድርድር ሰልፉን
ባይኖችሽ እጅ እየገለጽሽ
የልጅሽን ወዝ ገጽታ

ወጣት ፊት ላይ እየፈለግሽ
ባልረገጠችው ምድር ላይ
ዱካዋን ትፈልጊያለሽ

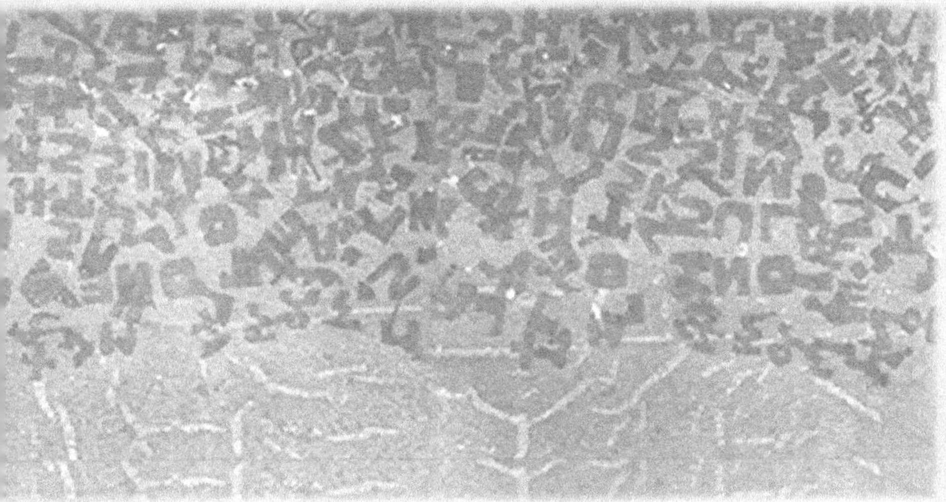

የምድሩን ለምድር ሰጠሽ

ለምሥራዊት ገብረእዝጊ

ኀህ ሳይቀድ
ከምንጭ የጠለለ ድምፅ
የሌሊቱን ግርማ ሰበረው
የሰማዩን ስፋት ባረከው
ያልነቃውን ምድር አናወጠው
ከባዶ አንጀት ይመነጨው
የቡራኬው ቃል አረገ
ሰማየ ሰማያት ደረሰ
የካህናት ዝባቤ ደመቀ
ያምላክሽ ስም ተወደሰ

ጥቁር ልባሱን ለብሶ
በመቅደሱ ፊት ያረፈው
ባምላክሽ ፊት የቀረበው
ስጋሽም ቡራኬ አገኘ
በማእጠንቱ ታወደ
ቃለ ቡራኬው ተናኘ

ነፍስሽም
ለምድር ቅርብ በሆኑ

ለአርያምም ባልራቁ
በካህናት ፀሎት ታጅባ
ባምላኩዋ ፊት ረቃ ቆመች
የምድሩን ለምድር አስረከበች።

አስመራ
ኖቬምበር 2012 (እንደ አውሮጳ አቆጣጠር)

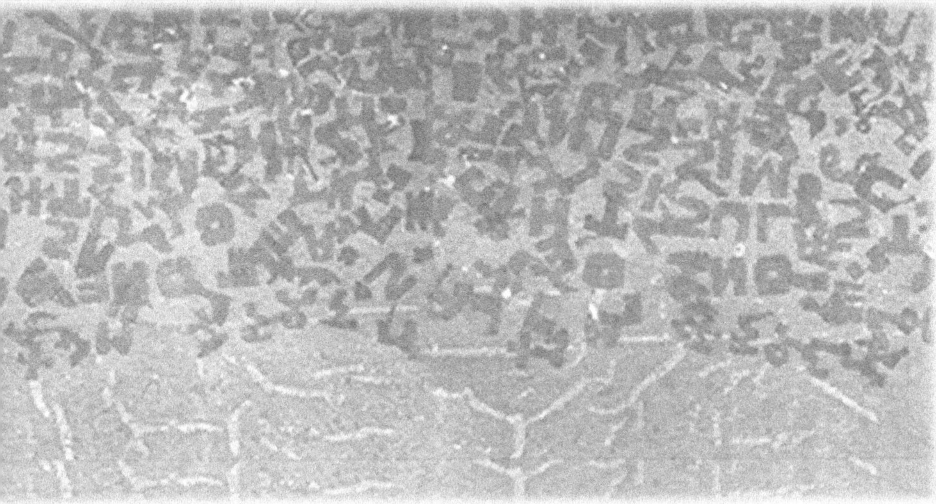

ልገሳና ስስት

ኩርማኑን እንጀራ ለሁለት ተቃምሼ
በልቼ አልጠገብኩት
አልተውኩት ጨርሼ
ከራበው ነጥቄ ሰጥቼ መልሼ
አዝኜ መፅውቼ ሰስቼ ቆርሼ
ስስትና ሃዘንን በሱ አይቼዋለሁ
ኩርማኑ እንደ መና ይበርከት እላለሁ

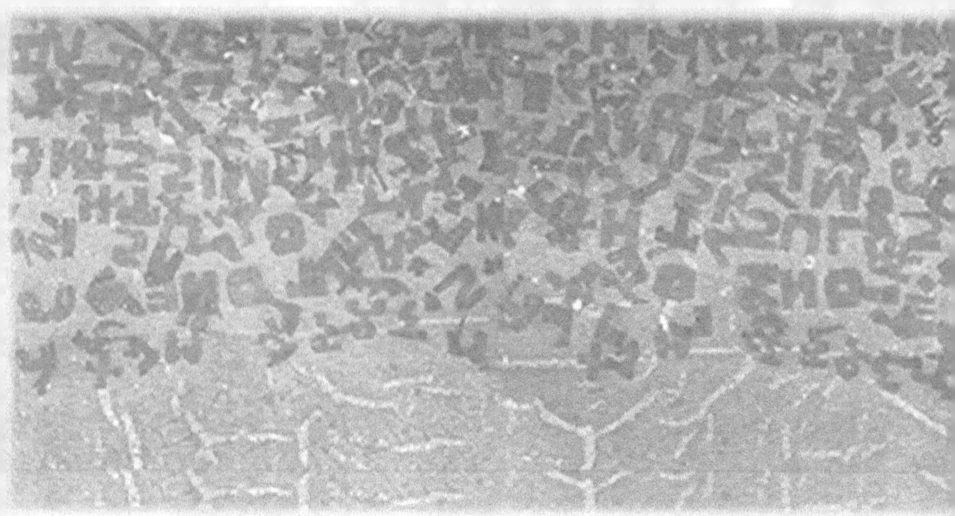

እንዴት ተረፍሽ? [5]

ለሳም ጊሊያም

እንዴት ተረፍሽ?
ብለህ ጠየቅህ
መልሱ እንግዲህ እንደዚህ ነው
ከመስፈርቱ ያላለፈው፤
ጫጬት ትንሽዬ ዝንብ
ወለምታዋን እንደምትድን
አውሎ ነፋስ ያናጋት
የእንቡጥ አበባ ቅጠል
እንደምታልፈው እንግልቱን
አዲስ ፍልፍል እንቁራሪት
ከጭቃ ከምር እንደምትድን
የተወለደች ፌንጣ
ባልፀኑ እግሮቿ ዘላ
እምርታዋን ብትስትም
ውድቀቷን ግን ላትደግም

---

5 ደራሲዋ ቀደም ብሎ በእንግሊዝኛ ከጻፈችው *"You asked how I survived"* የተረጎመችው ነው። *"You asked how I survived""* ቀደም ሲል *'Blue and Gray: This Era of Exile"* የተሰኘው ሥራዋ ላይ ታትሟል። እንዲሁም ደግሞ ከሪስ በኬት እና አለሙ ተበጀ ባሳተሙት *"Songs we Learn from Trees"* በተሰኘው የአማርኛ ግጥሞች ስብስብ ወስጥ ተካቷል።

ልክ እንደዛ
እኔም ተረፍኩ
የራሴን እርካብ ረግጬ
የራሴን እርካብ ስለሳትኩ።

ዋሺንግተን ዲሲ
2007 (እንደ አውሮጳ አቆጣጠር)

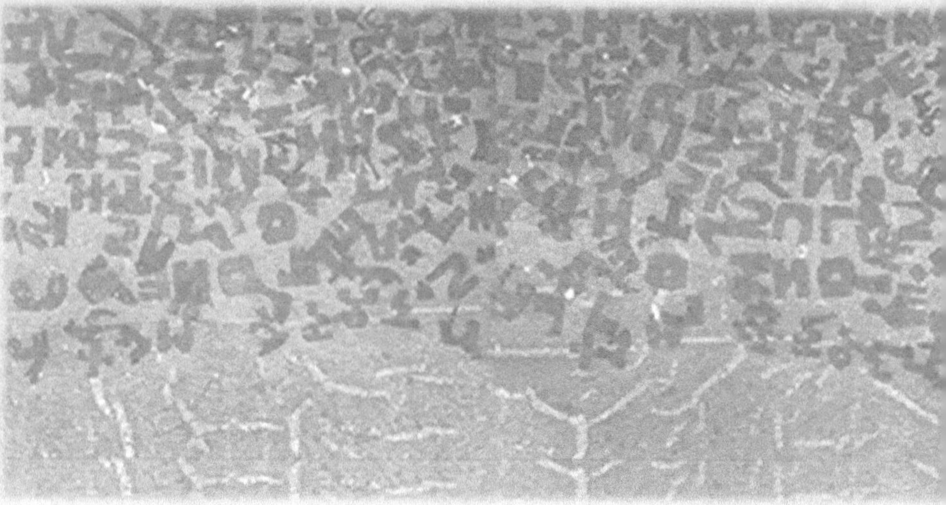

ናይን ኢለቨን (9/11)

እግሮቹን ማህፅንዋ ውስጥ
ራሱን ሰማይ አድርሶ
ምድሪቱን ቁልቁል የሚያየው
ምድረ ፍጥረት በሆዱ አዝሎ
የሰው አሸን ውስጥ የቆመው
ለዘመናት የፀናው ህንፃ
በደቂቃ እድሜ ወደቀ
ላመታት የተካበው ካብ
በበቀል ድንጋይ ደቀቀ
መገንባት ጥበብ ከሆነ
ማፍረስም ኪነት ተካነ
ያላወቀና ያወቀ ነፍስ
አብሮ ሰማይ ተነነ
ዓለምም ጭብጧን ፈታ
እንቆቅልሽ ታቅፋ ቀረች
በደል በበደል ለማካካስ
ቃል ከቃል እያማረጠች
በደል በበደል ይካካሳል?
እንቁላል ወይ ዶሮ
ዶሮ ወይ እንቁላል።

ዋሽንግተን ዲ.ሰ.
09/18/2011 (እንደ አውሮጳ አቆጣጠር)

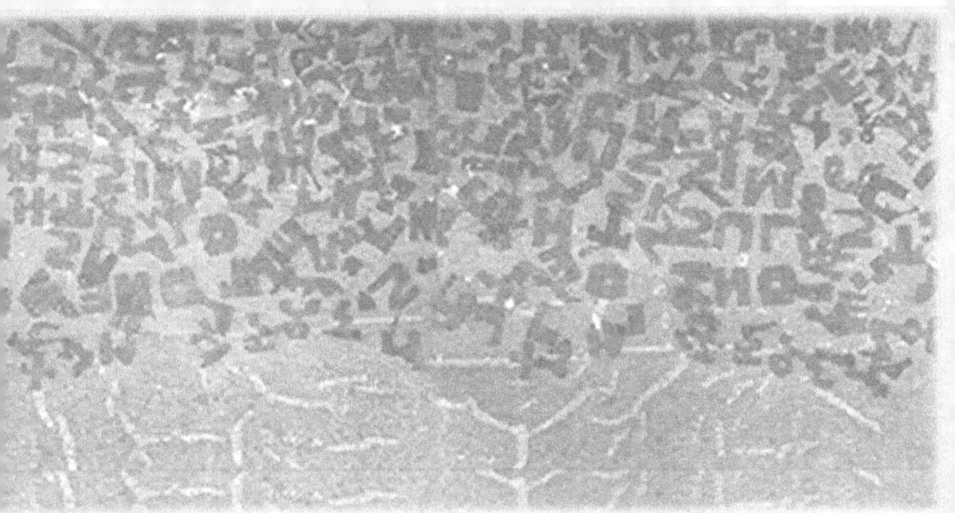

የማግሪት ህልም፡ ውሕደት

ማግሪት[6] ሊያልመው እንደሚችል
ባ'ሳብና እውነታ መሃል
ምትሃት መሰል ምድር ላይ
ጊዜን እንደላስቲክ ስበን
ሌት እና ቀኑን አነባብረን
ሰዓታቱን እንደሸማ
ደቂቃን አልባስ አድርገን
ስንፈልግ በውስጡ ኖረን
በብርሃን እጆች ተቀርጸን

አንዳሰስ አንጨበጥ
አንቀየር አንለወጥ

ቢሻን የትላንት ሆነን
ያልፈነዳ ጽጌረዳ
ቢሻን በዛሬ ምህዋር
ህይወታችን ፈር የያዘ
ፈለጋችንም የፀዳ

---

6 René Magritte የቤልጂግ ሱሪያሊስት ሠዓሊ ነበር።

የጊዜን ስልጣን ሰብረን
የዘመንን ወሰን ጥሰን
እንደ “የሃ” ጥንት ቅርሶች
ሚስጥራችንን በላያችን
በማይሸር ጽሑፍ ከትበን
ወይ ሸሽገን
ከትዝብት ዓይን ተሰውረን
በአርያም ሰገነት ላይ
እርቃናችንን ቆመናል
የውሃና ማር ቅልቅል
ያንድ ሉክ ገጻት ሆነናል

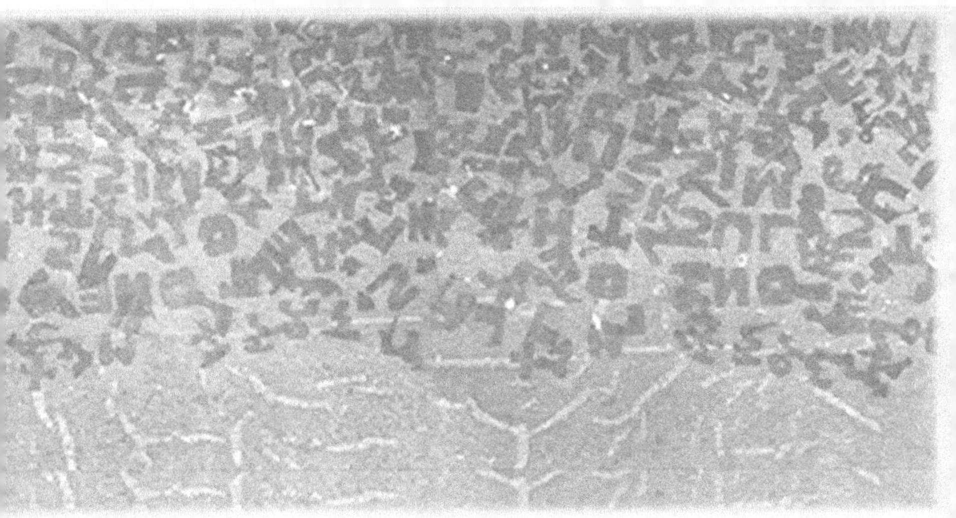

ከረሜላ ሕፃናት

የሚርበተበቱ እጆች
ከፍ አርገው ይዘዋቸዋል
እንደሚሰጡ በረከቶች
ከቦታው በማይዛመድ
በነጭ ጨርቅ ተሸብበው
ከግርጌና ራስ ታስረዋል
እንደ ሜንታ ከረሜላ
በንጹህ ተጠቅልለዋል

ታጥበው ይሆን?
የተበተነው አካላቸው
ከፍንዳታው አስቀድሞ
እንደነበረው ተገጣጥሞ

ተስመው ነበር?
የተከፈቱት ከናፍሮች
ምናልባትም ጥቂት ጥቅሶች
ከፀሎት ውዳሴ ዜሞች
ተነበው ይሆን ?
በደረቁ አንደበቶች
“ሃላዋ” ሳይሆን እሬትን
በአጣጣሙ ምላሶች

ተዘክረው ይሆን?
እንደሜንታ ከረሜላ
ከራስ ሳይቋዋጠሩ
ከግር ሳይታሰሩ

መለመላ ምሰሶዎች
በፍርስራሽ መንደሮች ላይ
እንደዘበት ተጋድመዋል
ከስሮቻቸው ያሉ ሕፃናት
እንደመኪና ታኮዎች
ቀና አርገው ይዘዋቸዋል

ጥቂቶቹ ከፍርስራሹ ተስበው
በደም በተበከለ
ጨርቅ ቢጤ ተሸፍነው
እንደበረከት ይቀርባሉ
አመድ በተቀቡ ከናፍርት
በመደጋገም ይሳማሉ
ካፈር ይዋሃዳሉ

ነፋስ እንደዘራው ዘር
ባህር አቋዋርጠው ከመጡ
ያቺን ሚስጥራዊ ምድር
መኖሪያ አርገው ከመረጡ
ወላጆች የተወለዱ
መዳፍ ታህል እድሜያቸውን
ሮጠው ያላቋዋረጡ
ህፃን ለጆች

ወይንም
እንደ በሰለ ቴምር
ምድር ላይ እንደወደቀ
እንዳልተሰበሰበ ምርት
እመሬት ላይ እንደሻገተ

ሃገር- በቀል ዘር ቢሆንም
ቦታ ይዞ እንዳልተዘራ
ስም ይዞ እንዳልተጠራ
የህል ብትን
ከተበተኑ ወላጆች
የተወለዱ እኒህ ልጆች
...ያልተፈታ እንቆቅልሽ ሰለባዎች
የጎደለ ፍትህ ሞጋቾች
የኛ ሚዛን መለኪያዎች።[7]

ኖቬምበር 7, 2023 (እንደ አውሮጳ አቆጣጠር)

---

7 ደራሲዋ ቀደም ብሎ በእንግሊዝኛ ከጻፈችው *"Candy Babies"* ከተሰኘው ግጥምዋ የተረጎመችው።

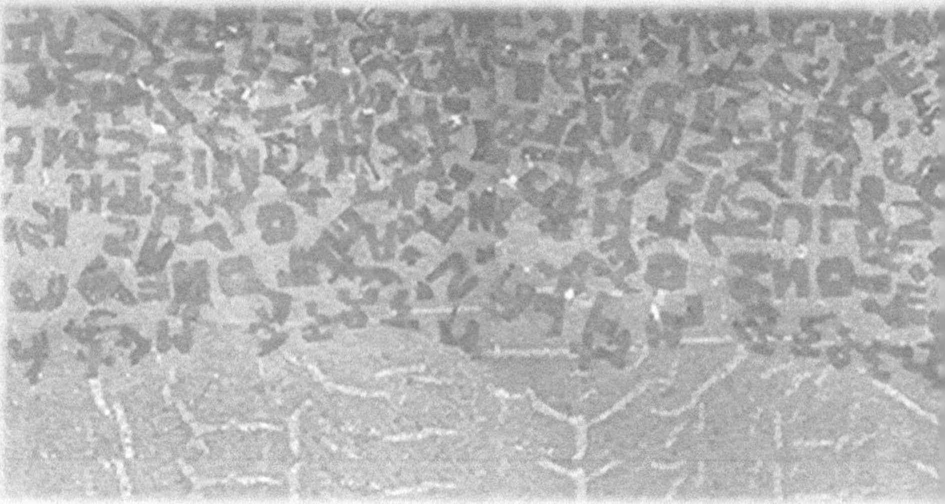

ጎልጎታ [8]

ለገብረክርስቶስ ደስታ

የት ነበርክ ያን ግዜ ገብሬ
ጎልጎታን እንዲያ ስትስለው
በውሱን ቀለምት ጭረት
ብዝሃ-ሚስጢር ስታለብሰው?

በዘመናት ቅፍለት መሃል
ምህረትና ሞት በተጫኒ
ምን ጊዜም ጣምራ መልክ ይዞ
ሕይወቱን በሱ በካነ
ከብ እውነታ ላይ ቆመህ
ኋላና ፊቱ ከማይለይ
ራእይህ ጎልጎታ ሆነ
የቀድሞውን ስትተነብይ
ትንቢትህም እንደ እውነታህ
የቀድሞውን ፊት ያመጣል
ትላንቱን ነገ ያረጋል

---

8 ለገብረክርስቶስ ደስታ የቀለም ቅብ *Golgotha*, 1963

የድሮውን ዛሬ ያበስራል
የነገን ትላንት ያረዳል
በራእይህ የመረጥካት
ጎልጎታም እጣ ክፍል ሆነች
ለሁለቱ ክርስቶሶች
ቀድሞና አሁን የታደለች።

05/19/02 (እንደ አውሮጳ አቆጣጠር)

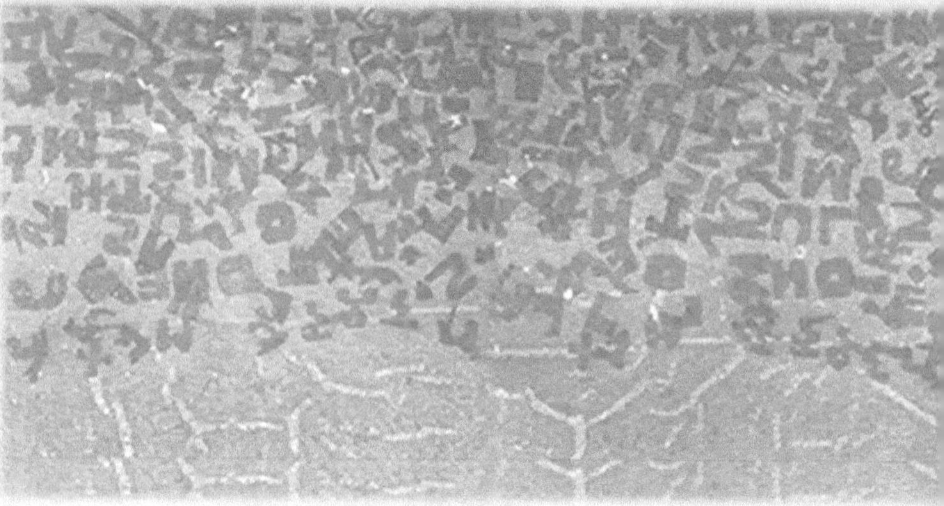

ቅኔን በቅኔ አወድሱት

ለባለ ቅኔ ሎሬት ጸጋዬ ገብረመድኅን

ቃል ማዕበል ነውና
ከወጣ እማይዳሰስ
ቅኔም የስሜት ወዝ እላቢ
ከነደለ እማይመለስ
ቃል በቃልነቱ እፁብ ነው
አንዴ ከወጣ አይርከስ

ቅኔም እንደባልቅኔው ሂደት
እንደወጣበት ዳገት
እንደወረደው ቁልቁለት
እንደ ዘመን እድሜው ርክርክ
እንድ ጥንስሱ ጥራት
እንደ ድፍድፉ ምቅረት
እንደ ውልደቱ አሻራ
እንደ ውልደቱ ህትመት
የራሱ ቃና ላህይ
የእራሱ መልክ አለውና
የእራሱ ጉዞ ፈለግ
የራሱ መንገድ ፋና
ጉዞውን እናወድሰው

ዳገት ቁልቁለት ቢኖረውም
የሕይወትም ትርጉም ይህ ነው

ቅኔም መንፈስ ነው ሲሻው
ከነፋስ ካየር የረቀቀ
ከግዙፍ ንጥረ-ነገር ውስጥ
ከግዙፍ ሃሳብ የፈለቀ
እስትንፋስ ሆኖ የሚወለድ
ቃል ተብሎ የደመቀ
ከተወለደ የማይሞት
ከግዝፈት ወጥቶ የረቀቀ
በህይወት አውታር ውስጥ ኖሮ
ከኑሮ ትርጉም የላቀ
ከወጣ አይመከንምና
ልደቱን አታራክሱት
ቅኔን በቅኔ አወድሱት።

1992 (እንደ አውሮጳ አቆጣጠር)

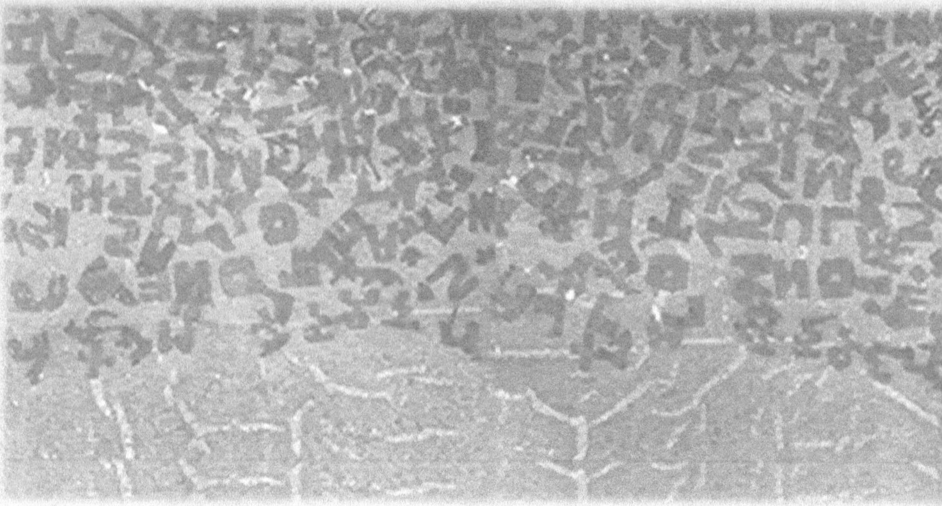

ክፍል # 707

በየደቂቃው ደጃፍ ላይ
እጦትሽ ይጠብቀኛል
ቆሞ ይቀበለኛል
በጆሮዬ ሹክ ሊለኝ
ሊያስታውሰኝ
707 ውስጥ
ዓይኖችሽን ሳትጨፍኚ
የድሜ ሌማትሽን ሳትከድኚ
የነበረኝን ፍስሐ
ሊያረዳኝ
አብሮሽ እንደነጎደ
ሊነግረኝ።

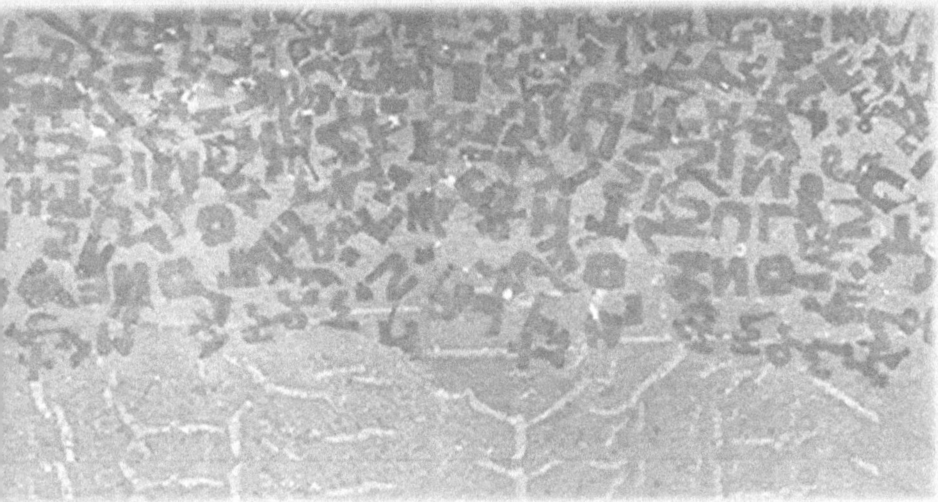

የቀለም ቅብ ሲሞት

በረቀቀ ጽንሰ ሃሳብ
ነቢብ በማይገልፀው ግኝት
ሃሳብና ቁስ ተፋቅረው
ሊያዩት እንጂ ላይጠሩት
ሊቃኙት እንጂ ላይለዩት
በማይጨበጥ ትዝታ
በማወቅና ባለማወቅ
መሃል ባለ ድንቅ ግኝት
ልዩ ነገር ይወለዳል
እከሌ ነው የማይባል

ባይን የቃኘውን ሁሉ
እንደ መስተፋቅር ምትሃት
በልቡ ማህደር አድሮ
መንበሩን በውስጡ አኑሮ

ለመኖር ግን ቃል ሳይገባ
ወይ በውበት፤ ወይ በሕይወት
የቀለም ቅብ ድንገት ሲሞት
ባህል የለም ያቀባበር
ወይ የእዝን፤ ወይ የዝክር

ህልፈተ-ሞቱን የሚያከብር
አፍቃሪዎቹ ነፃ ናቸው
እንዳሰኛቸው ሊያዝኑ
ወይ እራፊውን ለማኖር
ወይ እልባቸው ባህር ውስጥ
ብናኝ አመዱን ሊበትኑ
አፍቃሪዎቹ ነፃ ናቸው
በል እንዳላቸው ሊያለቅሱ
ሲላቸው ደረት ቢጥሉ
ቢሻቸው ቅኔ ቢዘርፉ
በ"ሩሚ" ቃሎች ክፍተት ውስጥ
እንደ ደርቡሽ ቢደንሱ።

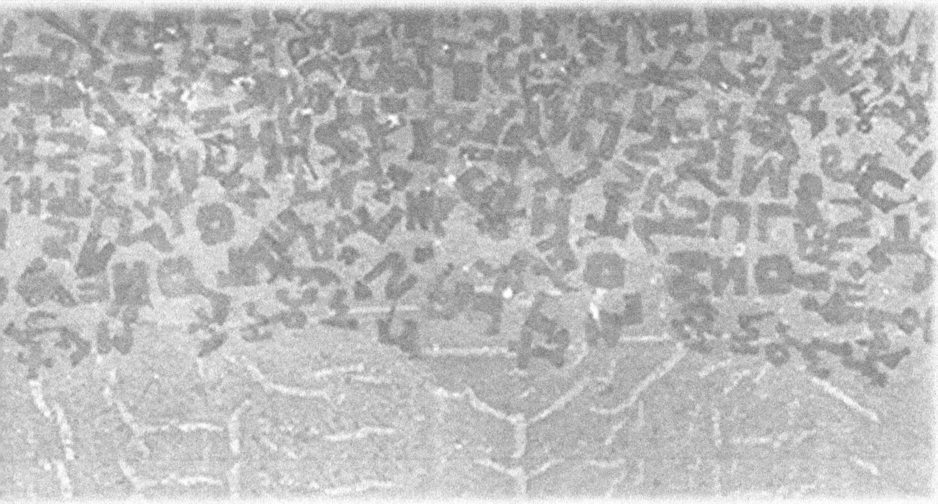

የከርሞ ሰው

ይህ የሰቀቀን ፍቅር
ደግሞ አሁንም አገረሸ
ሃዘንን በሳቅ እያሙዋሸ
ይህ የቅኔ ፍሳሽ አዚም
ቅዠት ሆኖ ደግሞ ሊከርም
እማይደመጥ አርምሞ
እማይገባ እንጉርጉሮ
እማይጠፋ ደነዝ ህመም
ይህ የቀድሞ ሰው ህልም
ደግሞ አሁንም አገረሸ
ሃዘንን በሳቅ እያሟሸ

•

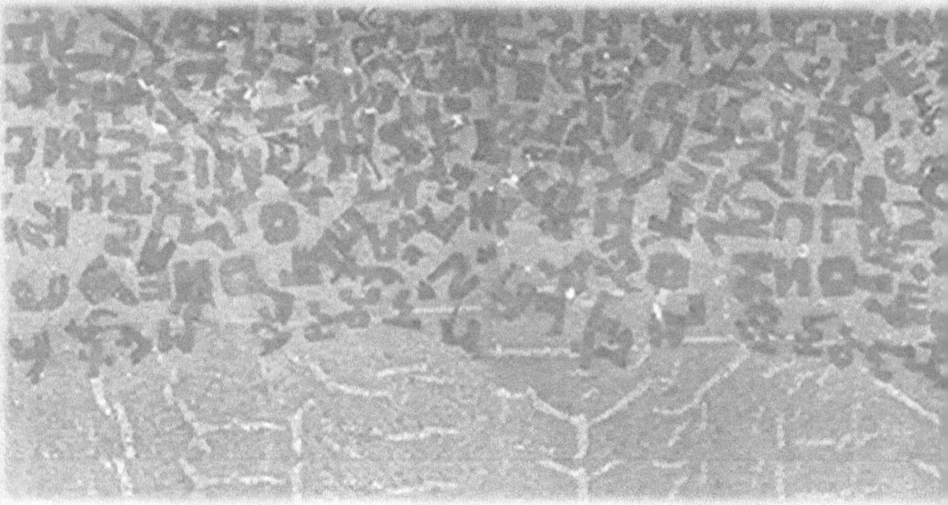

በመንታ መንገድ ላይ፣ አዲስ አበባ

(ለማላውቃቸው አዛውንት)

በመንታ መንገድ ላይ
ከንብንብ ተፈታ
ሙግቱ አከተመ
አንጀት ድሉን መታ
ገበና ወረደ
ከሳድ ተራቆተ
ሸማ ተዘረጋ
ሆድ ባዶ ከረመ።

አዲስ አበባ ኢትዮጲያ
08/28/99 (እንደ አውሮጳ አቆጣጠር)

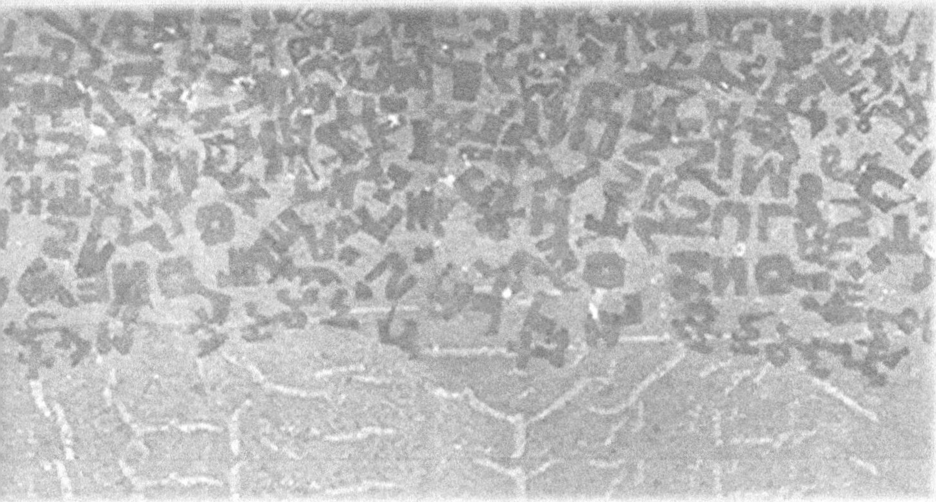

በCOVID-19 ወረርሽኝ ወቅት የተጻፉ ግጥሞች

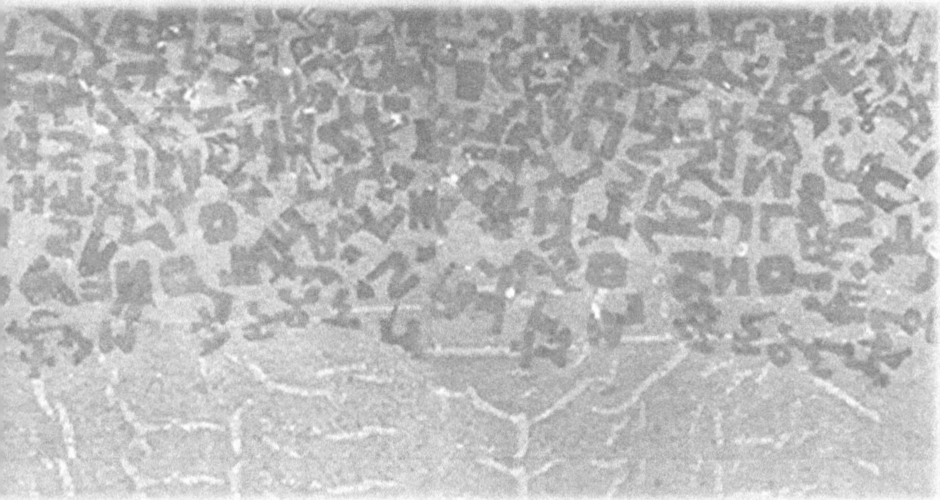

ኒውዮርክ

በረቀቀ ልባስ አየር
ኮቪድ እራሱን ጠቀለለ
አይለዩት ቅርፅ ተቀበለ
አይለዩት ህብር ወረሰ
እንደ በረሃ ሰደድ እሳት
ምድሪቷን በሞት አረሰ

“ፎል” ያለወቅቱ መጣ
ሰው እንደቅጠል ረገፈ
ሌት የማይተኛው ከተማ
በቀኑ ደጁን ቆለፈ።

“ታይም እስኩዌር”[9] ከሸፈበት
የምትሃት እጁ እንቢ አለው
የሰው ዘር የሚያሳይበት
የሰው አሸን የሚያፈልቀው

9 Time Square ኒውዮርክ ከተማ ውስጥ የሚገኝ ሰማይ-ጠቀስ ህንፃ ሲሆን እዚህ ግጥም ውስጥ ያሉት ባእድ ቃላት የሚጠቅሱት የኒውዮርክ ከተማ ያፈራቸውን የጥበብ ሥራዎች እና የጥበብ ሰዎችን እንዲሁም ታሪካዊ የቦታ ስሞች እና ተቋሞችን ነው።

የጊዜን ወሰን ደምስሶ
ሌሊቱን ቀን የሚያደርገው
የምትሃት ዘንጉ ወደቀበት
ሌት የማይተኛው ኒውዮርክ
በቀትር አንቀላፋበት።

"ናጉቺ" ፍለጋ ያዘ
"ኩዊንስ" ጥበብ ተለየበት
ፀጥ አለ ኒውዮርክ በቀኑ
ቅኝት ዝማሬው ጠፋበት
የለመደውን ጣእመ-ዜማ
የ ሳይረን ጩኸት ወሰደበት
"ጉግንሃይም" በሩን ዘጋ
"ሜት"ም ብርሃኑን አጨለመ
"ብሮድዌይ" ትይንቱ ቆመ
"ሞማ" ቀንዲሉን አፈዘዘ
የ "ሃርለም" ድምቀት ደበዘዘ
"ሾምበርግ" "ሂዩዝ"ን ጠራ
የዘመን ግጥም ተማጠነ
"ቢሊ ሆሊዴይ" ናፈቀችው
የ "ሳቼሞ"ን ቅርፅ ተመኘ
የ "ዳግላስ"ን ቅብ ለመነ
የ "ቢርደን" ኮላዥ ውል አለው
በ "ሎውሬንስ" ቅብ ታመነ
አዲስ ፍልሰት መጥቷልና
አዲስ "ሚዩራል" ተማለለ
አዲስ "ዲቦይስ" ፈለገ
ላዲስ "አለን ላክ" ታደገ
እንደ ቀድሞው ክፉ ዘመን
ኮቪድም የሚችለውን
የደከመውን መለመለ
"ፎልም" ቀድሞ "በማርች" ዋለ

የነጣው ቁጥሩ ባያንስም
ጠይም ጠይሙ ረገፈ
የማይተኛው ይህ ከተማ
በሩን በጊዜ ቆለፈ።

ኒውዮርክ
2020 (እንደ አውርጳ አቆጣጠር)

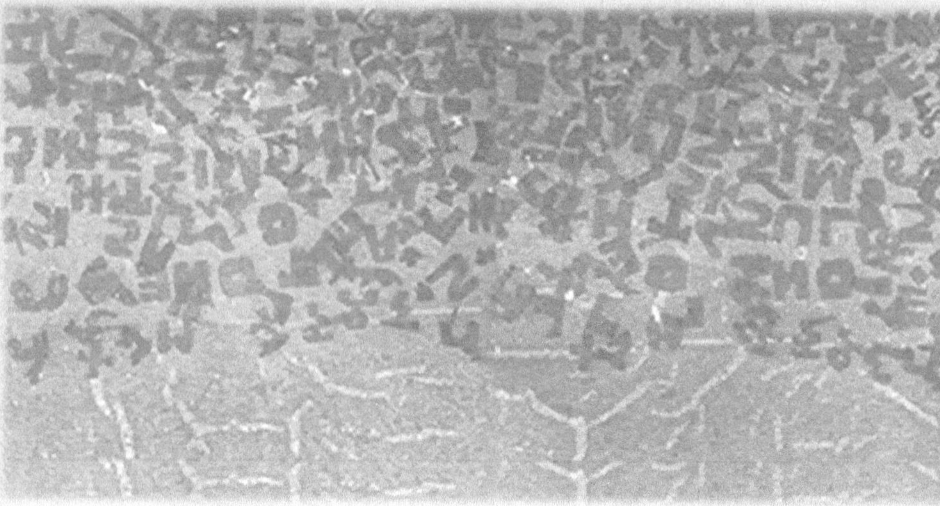

“ቢች” 30[10]

በጠቢብ እጅ ተነድፎ
ከክቡር እንጨት ተቆርጦ
ከብረት ጋራ ተጣምሮ
እንደ ደረቅ አካል ሳይሆን
እንደ ውሃ ፍሰት ሰምሮ
የተመልካቹን ህሊና
በፍሳሽ ዜማ የሚቃኘው
በወግ የተተከለው
የቢች ወንበር

ከላዩ ያለው ንፁህ ሰማይ
ቁልቁል በርቀት ያየዋል
በፈገገው ድምቅ ህብሩ
መስፈርት በሌለው ርቀቱ
ግርማ ፀዳሉን ያለብሰዋል
ከጎኑ ያለው ውቅያኖስ እንደአናብስት እያገሳ
እንደበቅሎ እየሰገረ ትንፋሹን ይለግሰዋል

---

10 Beach 30 ኒውዮርክ ውስጥ በአትላንቲክ ውቅያኖስ አኳያ ከሚያልፉ መንገዶች አንዱ ነው። አብዛኛዎቹ ባህሩ ጥግ ያሉት መንገዶች ከቁጥሮቻቸው በፊት “Beach” ይጨመርባቸዋል።

የደከመው አረጋዊ
ላዩ ሊቀመጥ እየዳዳው
አፉን በልባስ ሸብቦ
በጎን ዓይኑ ሰርቆ እያየው
ውበቱን ይጠየፈዋል።

ኒውዮርክ
2020 (እንደ አውሮጳ አቆጣጠር)

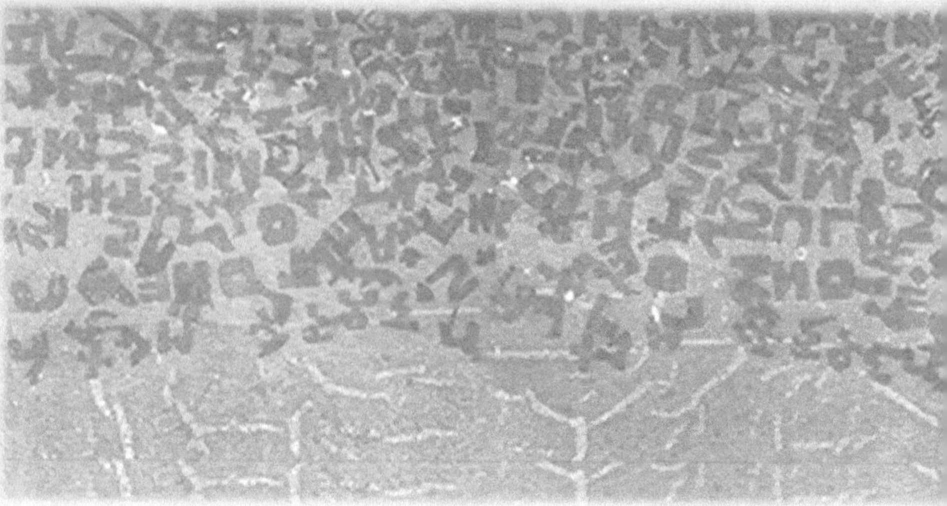

ቢቾ 14

እማይቆም ጊዜ ለመቅደም በማለዳ ተነስቼ
ያደረ አየር ሳይበከል
ከኔ መሰል የግር ተጓዥ ርቀታችንን አስልቼ
የወሃውን ደርዝ ታኮ በአዝግሞት ተጠማዞ
በተነጠፈው አስፋልት ላይ
ፀሐይ ሳትወጣ እጓዛለሁ
የኔ ዓይነቱ የሰው ፍጡር
ቁጥሩ ተባዝቶ እንዳላይ
ጊዜ እንደሙብት የሰጠኝን
ስድስት ክንድ ለማስከበር
በህሊናዬ ብራና ላይ
የኔን መገኛ ሳሰፍር
እንዝርት የሆንኩ ይመስለኛል
በላዬ ያለው ክብ ራስ
ዘንጌን የሚጠብቀው
ባኳያው ያለው ዙሪያ ክፍተት
ወሰኔን 'ሚከልለው
እንደኔ ያለው እግረኛ አምህዋሬ ውስጥ ቢገባ
ክብ ወሰኔን ቢሸርፍ
ይሉኝታ ይዞኝ ላላልፍ
ሸሸሁህ በሚል እርምጃ አሳብሬ እርቀዋለሁ
የዘመኑ ትህትና ደንቡ ሲፃፍ አጥንቻለሁ።

ልብ ወደ ሰው ሲቀርብ እግር ከሰው ይርቃል
ሃሳብ ለሌላው በጎ ሲመኝ አፍ እራሱን ይሸብባል
ትንፋሽ ከሰው ይከለላል።
ፍቅር በቅርበት ሳይሆን
በአካል ርቀት ይገለፃል።

ኒውዮርክ
2020 (እንደ አውሮጳ አቆጣጠር)

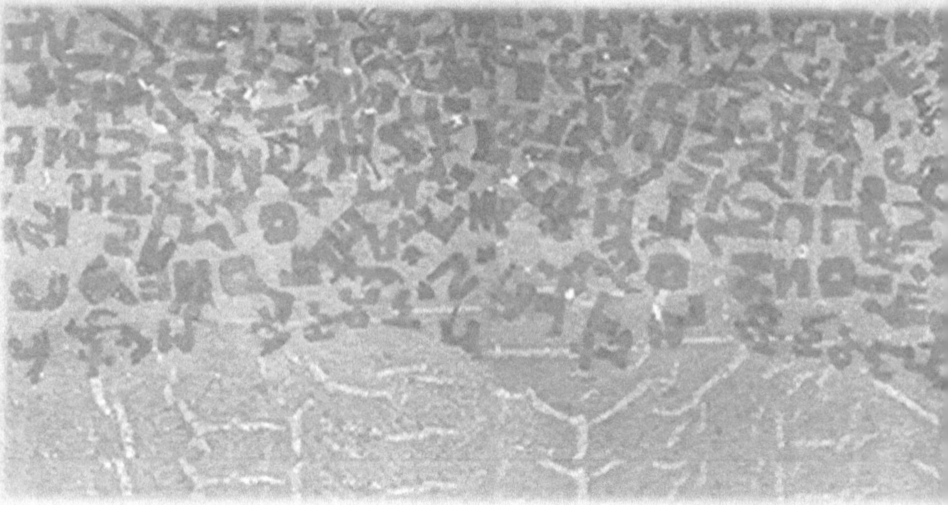

ፉር-ራክ- አዌይ

ፉር-ራክ-አዌይ ያትላንቲክ ጥግ
በየማለዳው ይዋሸኛል
ምድር እየታመሰች
አገር አማን ነው ይለኛል
ለብ ባለው እስትንፋሱ ቆዳዬን ይዳብሰዋል
ጽንፍ በሌለው አድማሱ ተስፋዬን ያራዝመዋል
ያለወትሮው በደመቀው ንጹህ ሰማዩ ቀለም
መቻሉን ይመሰክራል
ምድር እንደምትፅዳ ሰው በተግባር ከተመኘ
አበክሮ ይነግረኛል።
ሃሰት ያልኩትን እውነታ በጊዜ መነፅር ብርሃን
ማየት እስክችል ድረስ
በውስጤ ያደረው ስጋት በክህሎት ጥረት እስኪፈርስ
ያለነቢብ የሚያወራኝ በአብነት የሚያሳየኝ
ግርማ ሞገሱ ያቅበኛል።

ኒውዮርክ
2020 (እንደ አውሮጳ አቆጣጠር)

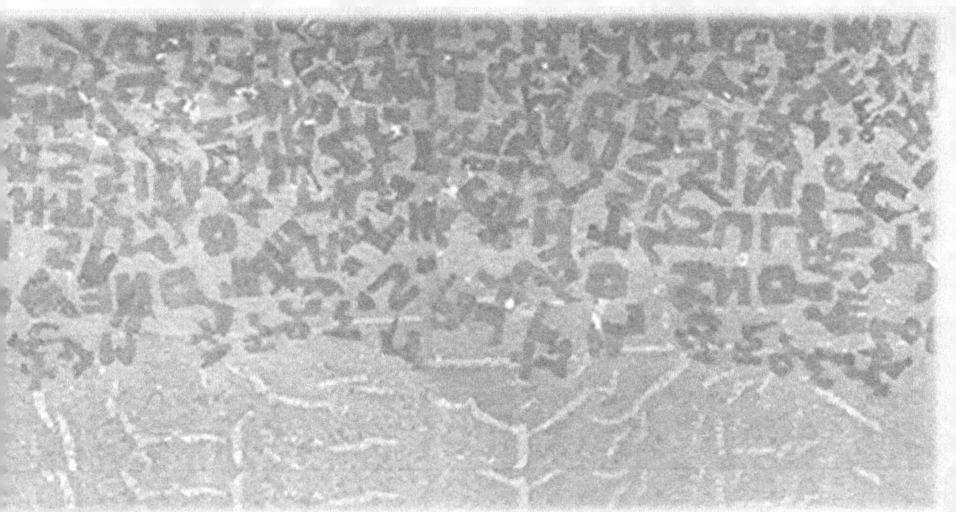

ቢች 20

የውቅያኖስ ወንበር

ዛሬም እንደወትሮው ሁሉ
ይህ ወንበር ሥራ ፈቷል
እንዳልታበሰ የልጅ እንባ
በላዩ ያረፈው ጤዛ
ቅርፁን ሳይለውጥ ደርቋል።

ኒውዮርክ
2020 (እንደ አውሮጳ አቆጣጠር)

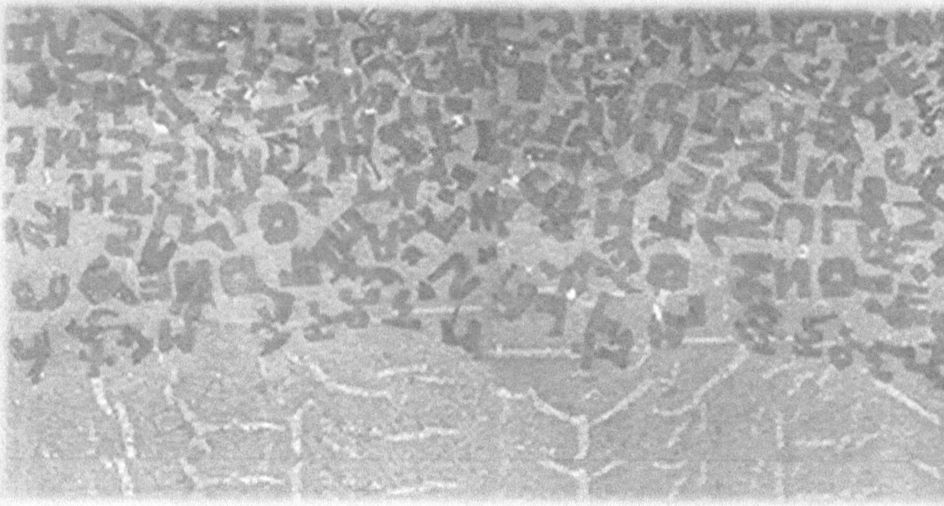

የጨርቅ ሰው እና “ኢንድዩስድ ኮማቶስ”

የሰው ምስል የናፈቀው
አረጋዊ ሕመምተኛ
መኖር መሞቱን ለማጣራት
እግሩን በግሩ ይፈትሻል
ጨርቅና ላስቲክ አጅሎት
ቱቦና ገመድ አጅቦት
ቢፐ የሚለውን ደረቅ ጩኸት
ያለማቋረጥ ይሰማል

የጠፈር ተጓዥ የመሰለ
ፊቱን በአክሪሊክ የከለለ
ከላስቲኩ ስር ማስክ ያሰረ
እንደታሸገ መስታወት
ራሱን በጨርቅ ሸፍኖ
መለያ ቅርጹን የሰወረ
የጨርቅ ሰው
ከላዩ ቁልቁል እያየው
“አቶ እከሌ” ሲለው ሰማ።

ዝም አለ ግራ ቢገባው
ይኸ የጨርቅ ሰው ነበር
ከሰባት ቀናት በፊት

"እከሌ" ብሎ ያስተኛው።

"አቶ እከሌ፤ ይሰሙኛል?"
"ዶክተር እከሌ ነኝ" ሲል ደገመ
ሸርጡ ላይ ያለውን ምስል
በጣቱ እየጠቆመ።

ሕመምተኛው
ዓይኑ አጥርቶ ባያየውም
የደረት ምስሉን አሁን ለየው
ዶክተሩ እንደሆነ ገባው
ከሳምንት "ኮማ" በኋላ
ታግሎ ወዳለም ሲጠራው
ከሞት አፋፍ ሲመልሰው።

ኒውዮርክ
2020 (እንደ አውሮጳ አቆጣጠር)

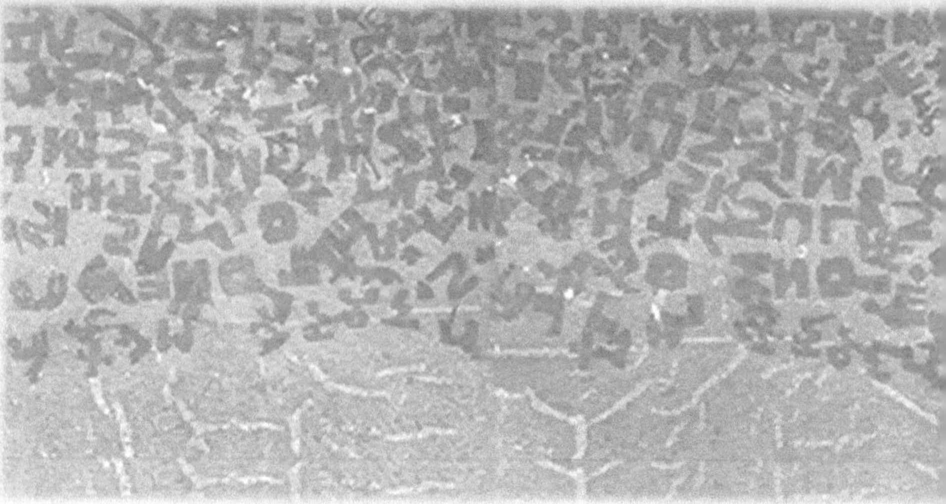

እማማ ሔለን ሲያገግሙ

እንደ ዛሬው ባለው ዕለት
የማማ ሄለን ትንሽ ቤት
ጢቅ ይል ነበር እስከ በሩ
በሐምሌ ወር አጋማሽ ላይ
ልደታቸውን ሲያከብሩ

የዘመድ ዓይን ከራቃቸው
ይኸው ሁለት ወር ደፈነ
ሳምንት እንደ አንድ ቀን ሆነ

ያቺ የሚውዷት ነርስ
“ሚስ ሄለን!” ብላ ተጣራች
ከማስኳ ስር እየሳቀች
ከግሮቿ እየፈጠነች
ከፊቷ ሳይሆን ከድምጿ
ደስታ እንደያዘች አወቁ
እሳቸውም እንደነርሷ
ከማስካቸው ስር እየሳቁ
“ላፕቶፑን” እየከፈተች ፊቱን ለሳቸው አዞራ
ከፊት ለፊት ተቀመጠች
ጠፍቶ የከረመውን የደስታ ድምፅ
ለመስማት እንደናፈቀች

ጠባቡ የ“ላፕቶፕ” መስኮት
በቤተሰብ ፊት ተሞልቷል
ከፊት ያለው የልደት ኬክ
በሻማ ብርሃን ደምቋል
“ሃፒ በርዝዴይ” ተዘመሮ
በሳቸው ስም ሻማ ጠፍቶ
ኬክ በስማቸው ተቆርሷል

“ይቻል ኖሯል?” አሉ ተገርመው
ያልነኩትን አካል ዳሰው
የሌለውን ዘመድ አቅፈው
ያልበሉትን ህብስት ጠግበው
በሰማኒያ አንድ ዓመታቸው
ፍቅር ሃሳብ መሆኑን በልደታቸው ተምረው።

ኒውዮርክ
2020 (እንደ አውሮጳ አቆጣጠር)

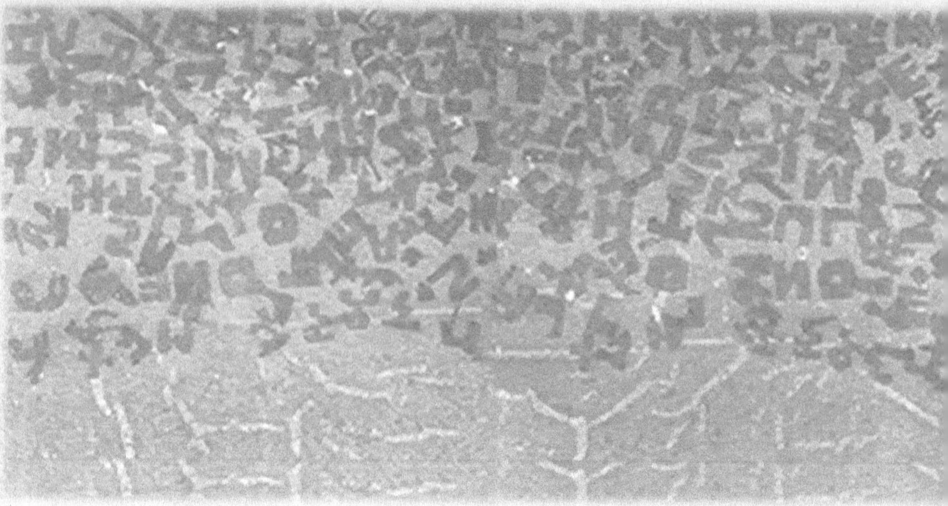

ቦምቤ፣ የኩላሊት ንግድ

ምነው ቦምቤ
መአትሽ ከቁና ተርፎ
እርቦሽ በእንቅብ ተሰፈረ
የድህነት እዳሽ ብድሩ
አራጣው ከሕይወት ናረ
አካል አካሉን ሸቀጠ
ስጋውን ለስጋው ሸጠ
እሱን ለሱ ቸረቸረ
ምነው ቦምቤ እዳሽ ከህይወት ናረ?

የረሃብ ጥልቅ ሚስጥሩ ከቃላት ፍቺ በላይ ነው
የድህነት ቀንበር ከብደት ከሚዛን ታሪፍ በላይ ነው
ህዋስ ህዋሱን በልቶ እንደ ጉም ትነት መርቀቅ ነው
እንደ ጨው አንኩዋር መሟሟት ነው
ለረሃብ ትዕግስት ምፀት ነው
ሆኖም ቦምቤ ለሕይውትስ ምን ዋጋ አለው?
የሰው ልጅ ከሰራው እፁብ
አካሉን የሚመጥነው?

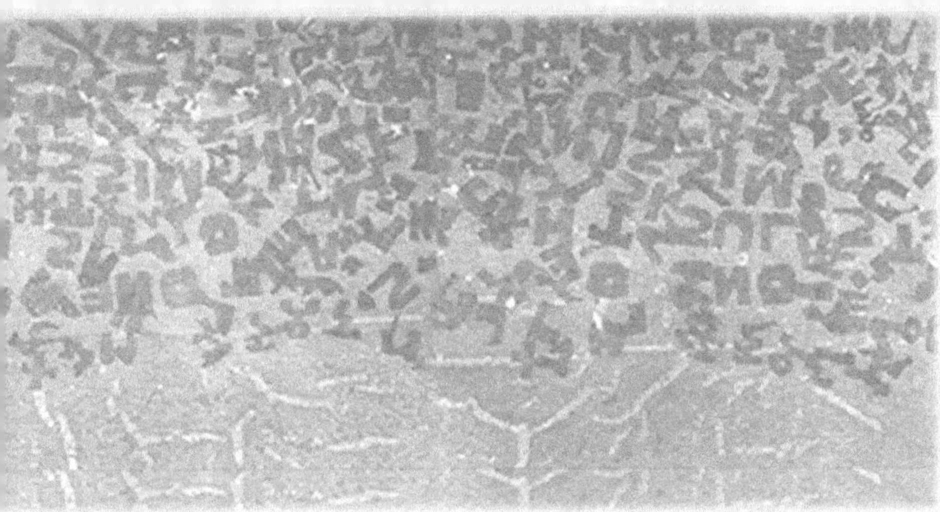

ጥቁር ወንዶች ብርቅ ናቸው [11]

(ውርስ ትርጉም)

ጥቁር ወንዶች፣ ባልንጀሮች
እስትሮክ እየያዛቸው
ታናሾቼ ጥቁር ወንዶች
ጥሩ ሰዎች
ታማሚ ልብ ያደላችው።
ወንዶች ያባት ዱካ ያልተከተሉ
ፋብሪካዎች ውስጥ ያልሰሩ
ፖስታ ቤቶች ውስጥ ያልዋሉ
ጥቁር ወንዶች ኮሌጆች ውስጥ የተማሩ
በእውቀት ገመድ ተስበው በልእልና የናሩ
በተስፋ መቁረጥ ያልሰመጡ
ቤተሰብን ከፍ ያረጉ አዲስ ሕይወትን የሰጡ።
ጥቁር ወንዶች ከጥይቶች የተረፉ
ከፖሊስ ጭካኔ አምልጠው
ከመንገድ ሕይወት ያለፉ
ጥቁር ወንዶች የሰማይ ዳርቻን ያዩ

---

11 *Black Men Are Precious* ከተሰኘው የ E. Ethelbert Miller Poetry Album የተተረጎመ ግጥም ነው። አልበሙ በ2022 የGrammy Nomination ያገኘ ነው።

ከዋክብትንም የለዩ
ጋርቪ እጆቹን የዘረጋቸው ወደ ኢትዮጲያ ሳይሆን
ግና ወደ ልባችን
እስከሚመስል ድረስ ጸንተው የተራመዱ ጥቁር ልቦች
አሁን ግና የምክኒያት የለሹ ልብድካም ሰለባዎች
እና ለምን? ምነዋ በልጅነት ተቀጠፍን?
ለምን ይሆን
እንደወላጆቻችን
በረንዳ ላይ ተቀምጠን
እርጅናችንን እማ'ንጠው?
ለምንድነው ከጦርነት ተመልሰን
ፍቅረኛቻችውን ያገቡ ጥቁር ወንዶች የማንሆነው?
የለጋ ሞት እምናጨው?
ከዚህ ሁሉ ግኝት ኋላ
ከመድሃኒቱ አይነት
ከሰውነት እንቅስቃሴው ከምግብ ለውጡ ጥራት
ለምንድነው
ይህ የተራበ ጭካኔ ኬ'ት መጥቶ ነው
እድሚያችንን የሚበላው?
ጥቁር ወንዶች፣ ጓደኞቼ
የሬሳ ሳጥኖቻቸው ውስጥ አርፈው
ገሃድ ወጥተው
"ፕሬሺይስ ሎርድ" እስኪዘመር
በ'ጅ ተይዘው እስኪመሩ ይጠብቃሉ
ጥቁር እጆች
የሚቸሩት ፍቅር ሳያልቅ በጊዜ ይታጠፋሉ።

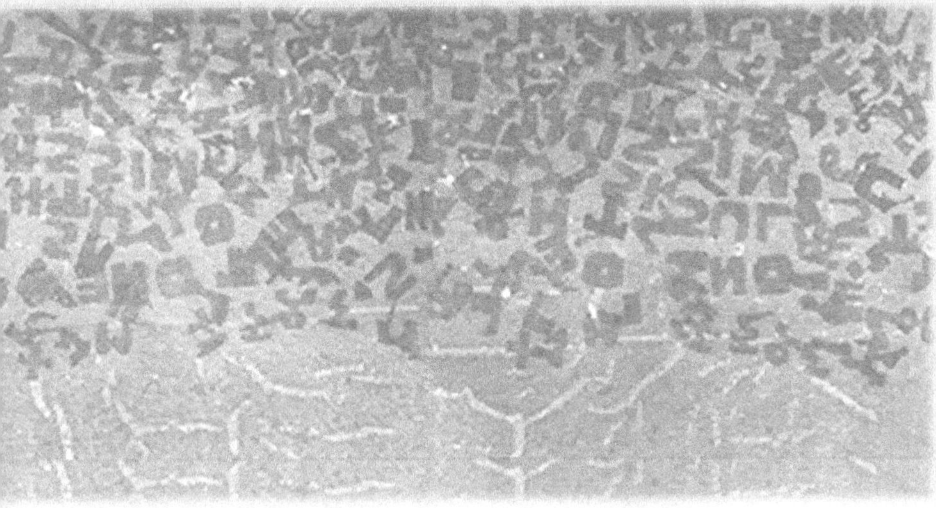

የካምፓላ መንገድና ተጉዋዥ

“ቡዳቡዳ”
እንደ ሙልጭልጭ ጠጠር
ካፋፍ እንደተናደ
ፈሩን በሂደት ቀዶ
መንገዱን በደመ-ነፍሱ
በህዋሳቱ ተላምዶ
ተጉዋዥ ጭኖ እያበደ
እንደጎርፍ እየነጎደ
እንደ ልሙጥ ጠጠር ክምር
ካፋፍ እንደተናደ
በላዩ ሰው አፈናጦ
ምድረ ዶቅዶቄ አበደ
እንደጎርፍ እየነጎደ

በውስጡ ነፍሳት አጭቆ
ግኡዝ መኪናም ረገደ
መስመር ያልገራው ናዳ
በደመ ሕዋስ ተገፍቶ
መንገድ ለመንገድ ተሳብሮ
አካል ላካል ተጠጋግቶ
እንደሰለቸ ፍቅር ሳይሳሳም ተላለፈ
መስመር ያልገራው እንክብል

ሱታፌ

እንደነገደ ፈለሰ
እንደ ሰኔ ጎርፍ ሰፈፈ

ካምፓላ ኡጋንዳ
ጁላይ 2017 (እንደ አውሮጳ አቆጣጠር)

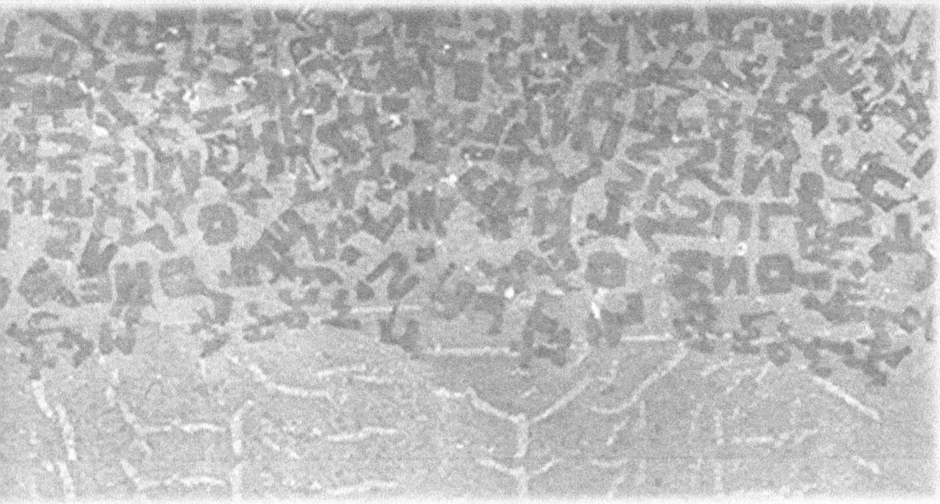

የእናቶች ቀን

ለእናቴ

እንደዛሬው ባለው ጠዋት
በአበባ ጭማቂ ቀለም
ስምሽን ልጽፍ ተነሳሁ
እምሰማው ድምፅ ስላጣሁ

ለወትሮው
ያንቺን ቡራኬ ለማግኘት
እበራፍሽ የሚቆመው
እስኪነጋ የሚጠብቀው
እቅፍ አበባሽ አላፈራም
ድምፅ-ውሃሽን አልጠጣም
ቡራኬሽም ወደኔ አልመጣም
ልሳንሽ ስሜን አልጠራም

ላንቺ ያለው ያበባ ዘር
ዘንድሮስ ሳያብብ ቀረ
እንዳመረርሽ አመረረ

05/12/2013

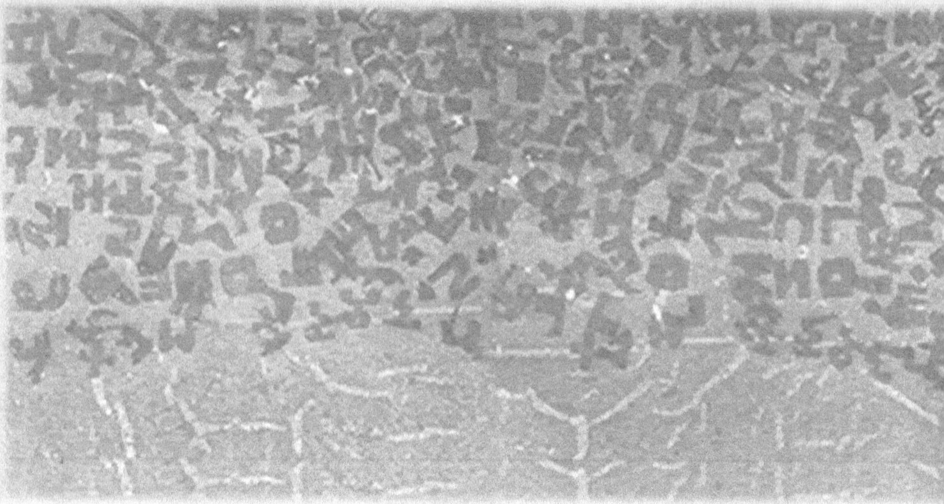

ፍልስጥኤም

ሃቅ
ዓለም ላይ ለመሳቅ
ቅርጽዋን ምድር ላይ የሳለ
የምነት ቅይጥ ምንጭ ሥር
ህልውናዋን ያዋለ
በገነባነው ትንግርት
የእምነት ትብትብ ኳስ ሆና
የዓለምን ፍትህ ተማጥና
ምህረት ያጣች
ፍትሃትም
መከሊት እንዳለው ያወቀች
ግብዝናን የምታሳይ
ሚዛናችን ላይ የሳቀች
ፍልስጥኤም

1997 (እንደ አውሮጳ አቆጣጠር)

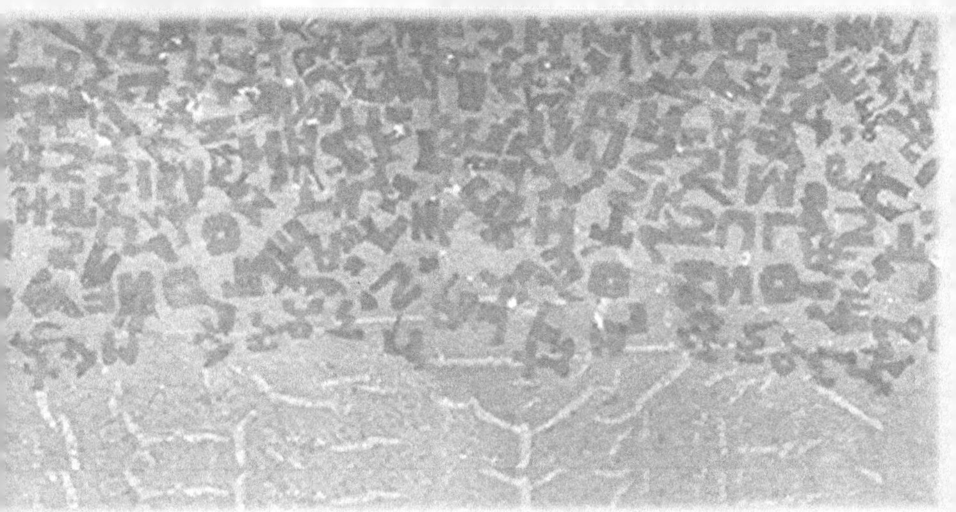

ሰማሁ

ለሎሬት ፀጋዬ ገብረመድህን

ጉድ ፈላ እንግዲህ አጅሬው
ክታብህን ማን ነው እሚገልፅ?
ማን መሆንክን የሚያስረዳ
ስምክን በታሪክ እሚቀርፅ
ተራህ ነው
ሲያቀብጥህ ብቻህን ወጥተህ
ያንን የጥበብ ተራራ
ወጣ ይባል እንደሁ እንጂ
አወጣጥክን ማን ሊያብራራ
ማነው አብሮህ የዘለቀ?
ያንተ ጣመን ምን መሆኑን
መክሊት ዋጋውን ያወቀ
በመላእክት ዝማሬ ቃል
አራራት ላይ ቤትክን ሰርተህ
የቀድሞውን አልማዝ እንቁ
በኪነት ጣትህ ጨፍልቀህ
የቀድሞውን ካዲስ ጋራ
ቅዩጥ ህብር አበረከትክ
ጥቁሩን ነጭ
ነጩን ጥቁር

የቅርቡን ሩቅ
ሩቁን ያሁን
አድርገህ በኪነት ልሳን
የሰው ልጅ እኮ አንድ ነው
እንድትል ያበቃህ ምን' ነው?

ሲያቀብጥህ ብቻህን ወጥተህ
ያንን የጥበብ ተራራ
ወጣ ይባል እንደሁ እንጂ
አወጣጥክን ማን ሊያወራ?

02/25/06 (እንደ አውሮጳ አቆጣጠር)

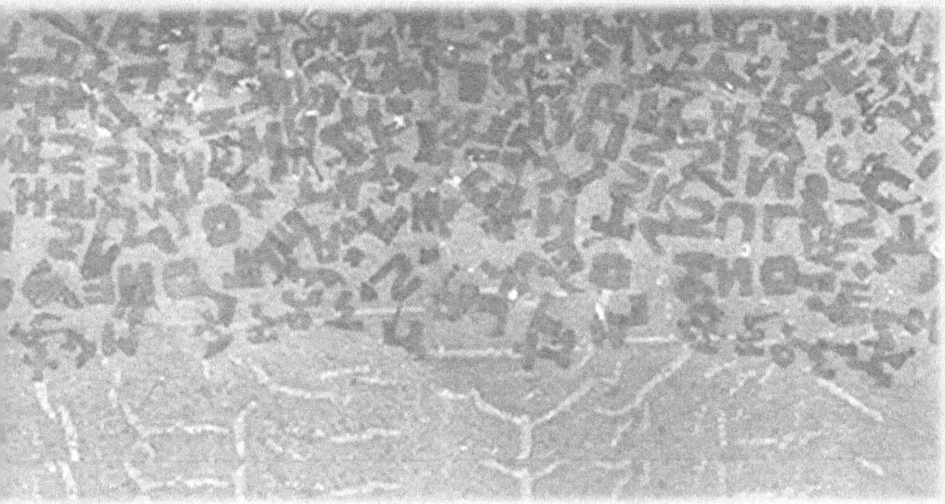

ያለ ጊዜው ሞቶ ፍቅር አስለቀሰኝ።

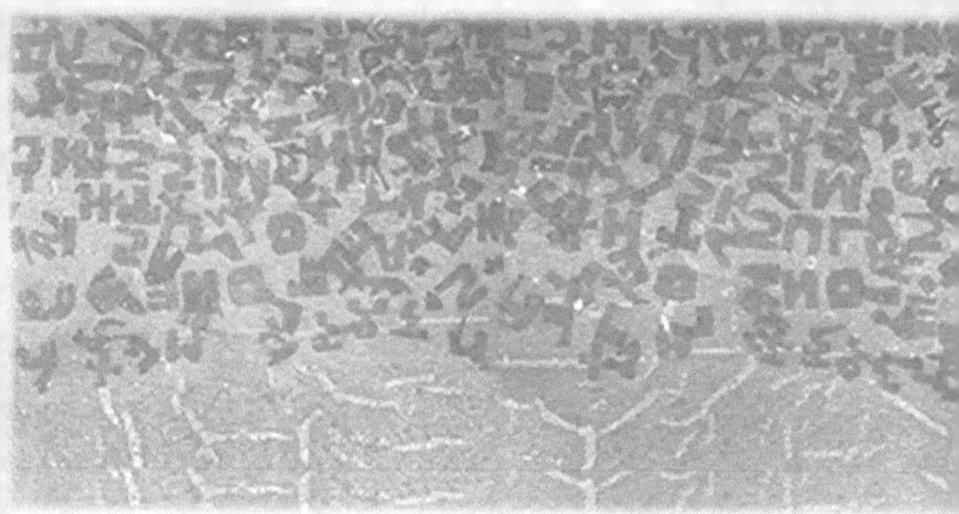

ዳግማዊ ግንኙነት[12]

ያ የስር ቤት ኬላ
የከሰለ ጥቁር በር
በተከፈተ ቁጥር
የየዕለቱን ችኮ ሕይወት
በአዲስ መከራ እሚተካ
የመጥፎ እድል ወሰን የሚያልፍ
እርከን ጣሪያውን የሚነካ
እግዚኦ የሚያሰኝ ትእይንት አለ
ለከፉ ቀናት የታደለ

ለዛሬ
በሩ የሚከፈተው
ላንድ ብቸኛ ልጅ ነው።

ከበሩ አንፃር ጥጓን ይዛ እናቱ ትቆዝማለች
ዳግም ሕይወቷን ሊቒደስ
ዓለሟን ሲረግጥ እያየች

---

12 ሃርጌሳ ሶማሊያ እስር ቤት ወስጥ ለወራት የተጠፋፉ ኢትዮጵያውያን እናት እና ልጅ እንደገና ሲገናኙ።

እሱ የመጣው ከሲኦል ነው
ለሷ ከሞተ ቆይቷል
ልጅን በልጅ ለማካካስ
ሕይወት ለሕይወት ለማቻቻል
የጣር ውሎዋን ስትውል።

ሶስቱም ህጻን ልጆችዋ
መኖር ይፈልጋሉ
እጣ እንደሚወስን ሳንቲም
የደረቀ መዳፏ ላይ
እድል ይጠብቃሉ

ትልቅየው
የናቱ ጣቶች ጠበቡበት
አጓጉል ተቀረቀረ
ፍትህ ሽብቧን ፈታችበት
የወደፊቱ ተሰመረ
የናቱ ጣቶች መረጡት
ጦርነት የጠመቀውን
የህይወት አተላ ጋቱት
ብቻውን።

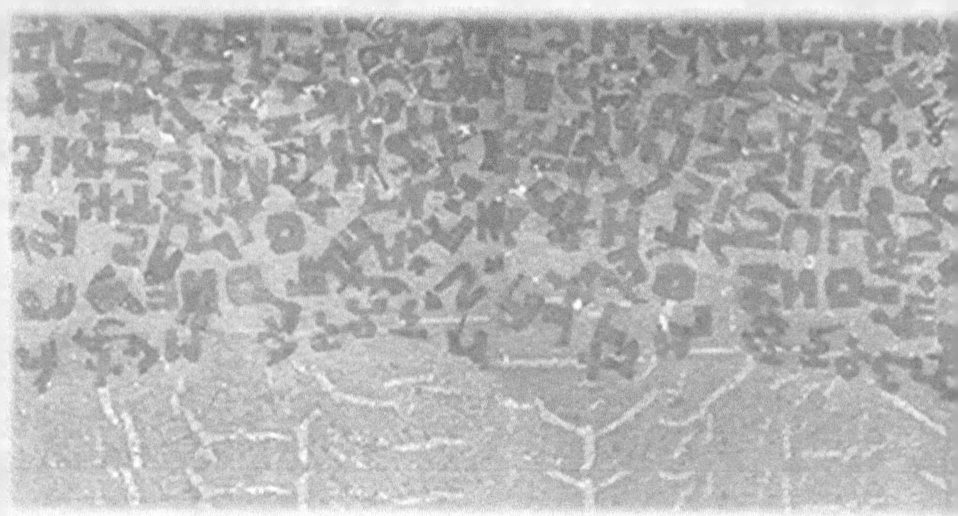

የህሊና ቁስል

በዳይ እንጂ ነው ያበደ
የህሊና ቁስል የበላው
ተበዳይማ ንጹህ ነው
ጥርት ያለ ጥቁር ሰማይ
የህይወት ቁስል ቅራፊን
እንደ ከዋክብት የሚያሳይ

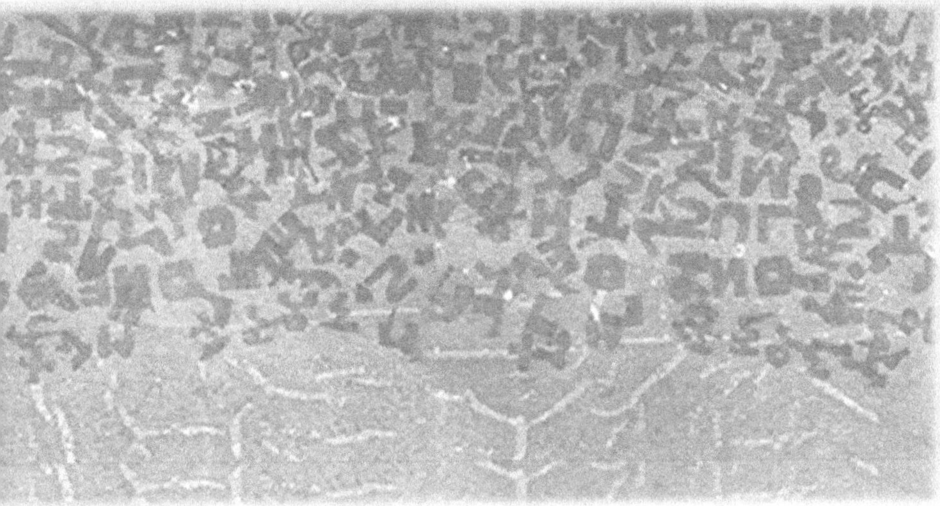

ፋና

መብራቱም አልጠፋ ሰውም አልተገኘ
ያኔ ጥንት የበራው የዴዎጋን ፋና
በጠራራ ጸሐይ አሁንም ተናኘ
ሰዎቹ የት ናቸው?
ወይስ ምስል ይሆኑ
የሰው ምኞት ጥበብ ባሳብ የሳላቸው
ብርሃን ከማይሻው ከሰው ልጅ አእምሮ
በስተጀርባ ናቸው?

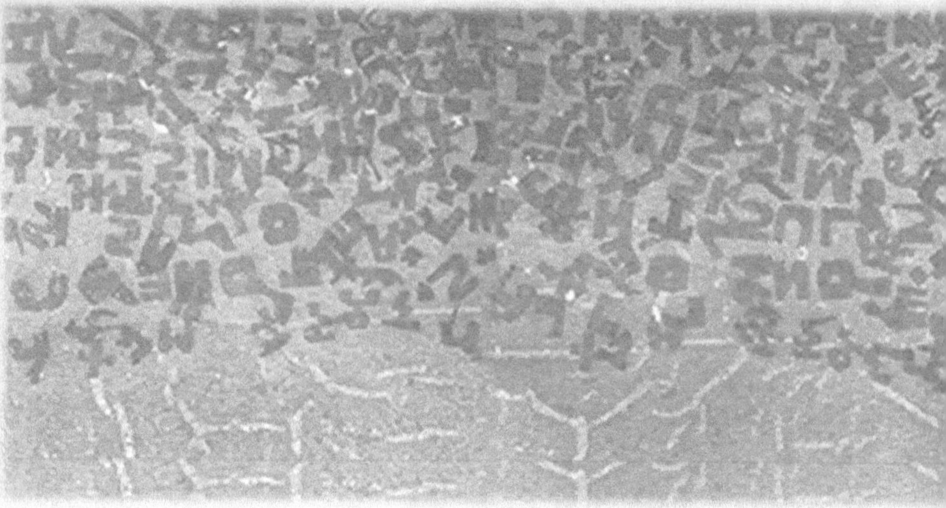

የልደት በዓል

ገና
ተወለደበት ከማለት
ተመሰለበት ልበል ይሆን
ገና እውን እንዲሆን?
አለዚያማ ተራ ቀን ነው

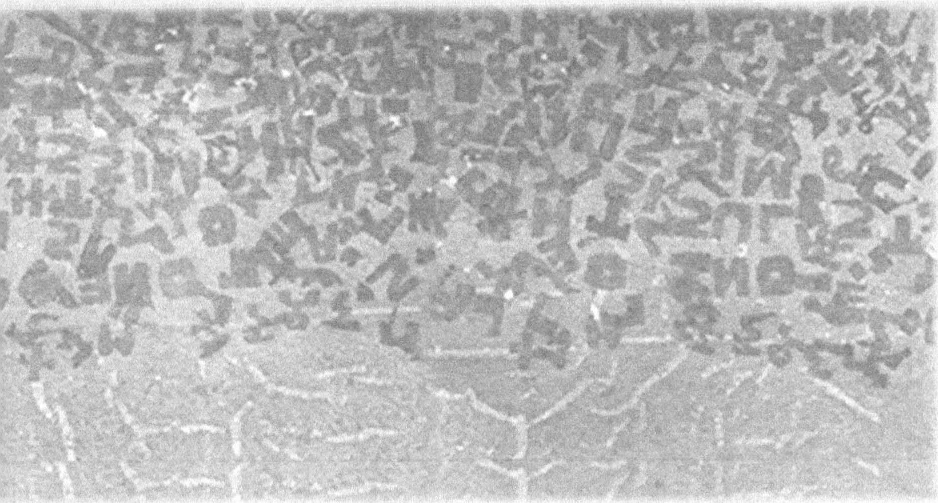

ጦርነቱ ተጀመረ

የኢትዮጲያ እና የኤርትራ ጦርነት

ግዜ ምጥዋ ጸንቶባት
ኬክሮስ ዘመን ሆናልች
ስቃይም ከዓመታት ረዝማ
ጽናት ተፈትናለች
የምስራቅ አፍሪካ ጀንበር
እህዋው ላይ አምድ ሆናለች።

ሜይ 6 1998 (እንደ አውሮጳ አቆጣጠር)

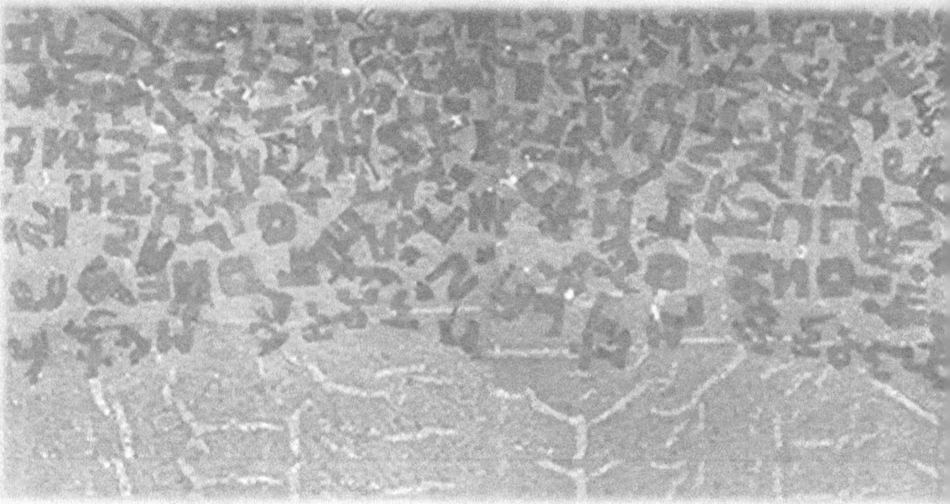

ትዝብት

መቼ ይሆን የሚያበቃ
ራስን በራስ መቃረኑ
ሚዛን ከሚዛን መማታቱ
ስሜት ከሃቅ መበርታቱ
ተግባር ካንደበት መጋጨቱ
መቼ ይሆን?

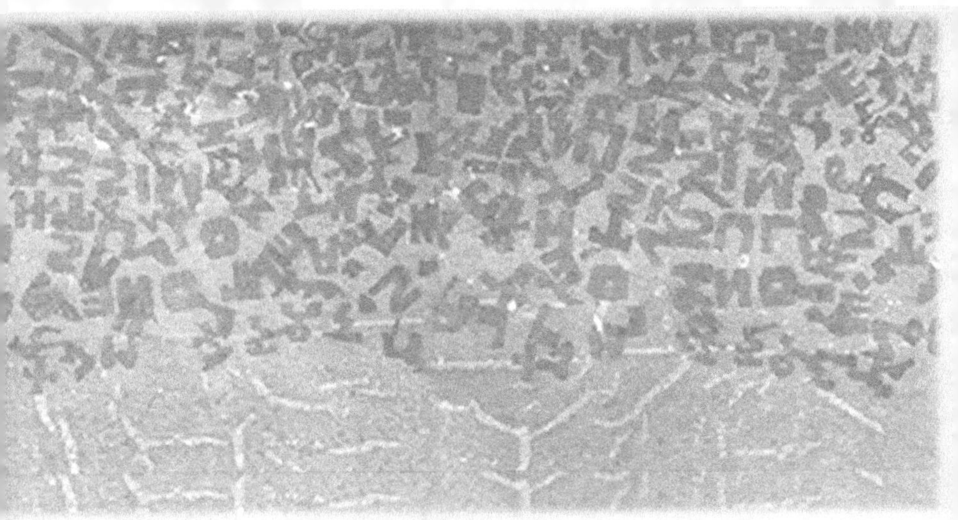

የጎመን ካብ

እልፍ አእላፍ መሳፍርት ስሜት
ለካስ የጎመን ካብ ነው
ታሽቶ ሥነ-ቃል ሲሆን
ጠብታ ሆኖ ምናየው
ምኑ ይሆን የተነነ?
ሃይሉ ባካል ሰረጸ እንጂ
ረቂቅ አየር ውስጥ አልባከነ
ያ ሁሉ ክምር አበሳ
ቃል ሲሆን ምነው ነጠበ?

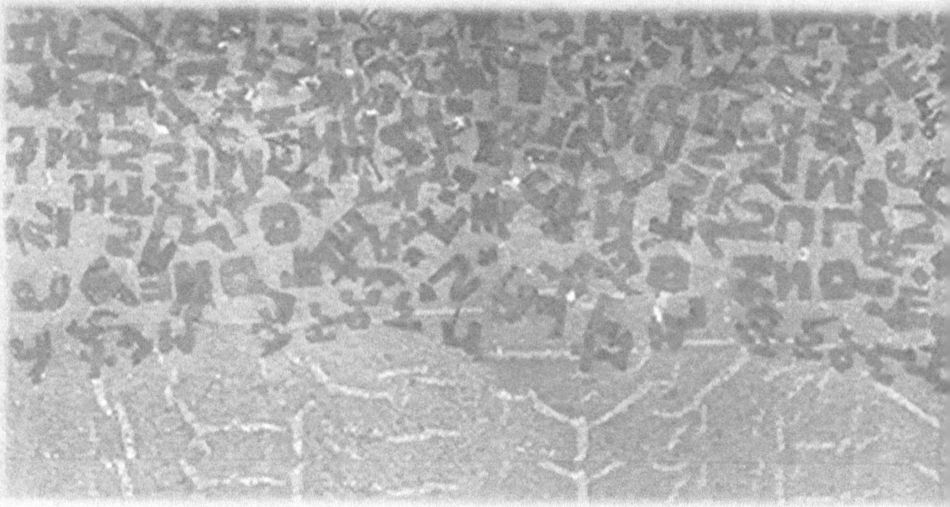

የሰከረ ደስታ፤ የኖህ እርግማን

ደስታችን በደስታ ሰክሮ
ራቁቱን ወድቆ አገኘነው
ስነፍጥረቱን ከሰትነው
እራፊ ጨርቅ ሳናለብሰው
ሲነጋ ረገመን አሉ
እንዲጠፋብን ውሉ

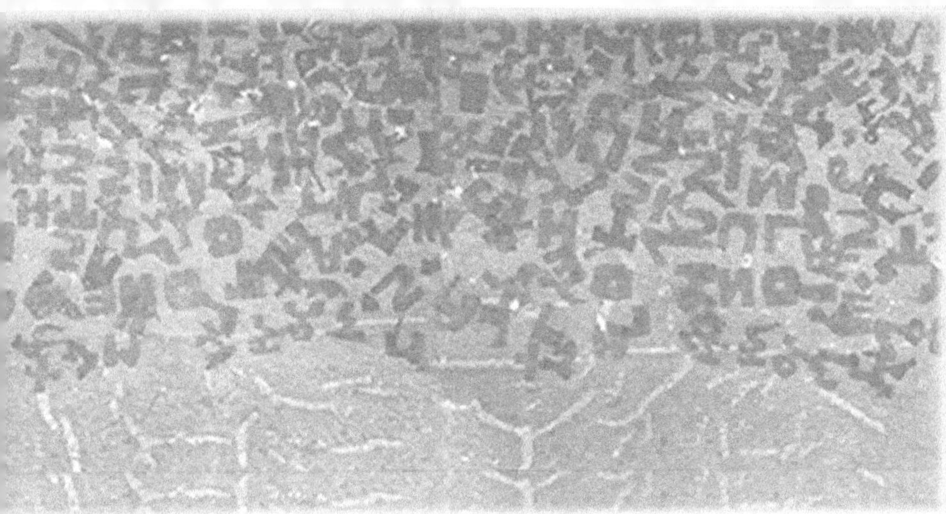

ገነት ቢኖር

ገነት ቢኖር እጅግ መረጥኩ
ላንቺ ስል
እኒያ ትናንሽ ህልሞቼን
የልጅ ለናት ምኞቴን
መሬት ላይ ያልፀደቁትን
ኤደን እርሻ ላይ እንድተክል
ላንቺ ስል
ገነት እንዲኖር ተማጠንኩ

ከጊዜ ጭብጥ አፈትልከው
ከይታ አድማሴ ርቀው
በኑሮ ክፍተት ስንጥቅ ውስጥ
አለሁ እያሉ የከዱኝን
ሾልከው ያመለጡኝን
የልጅ ህልሞቼን እንድለቅም
ሰባራ ልቤን እንዳክም።

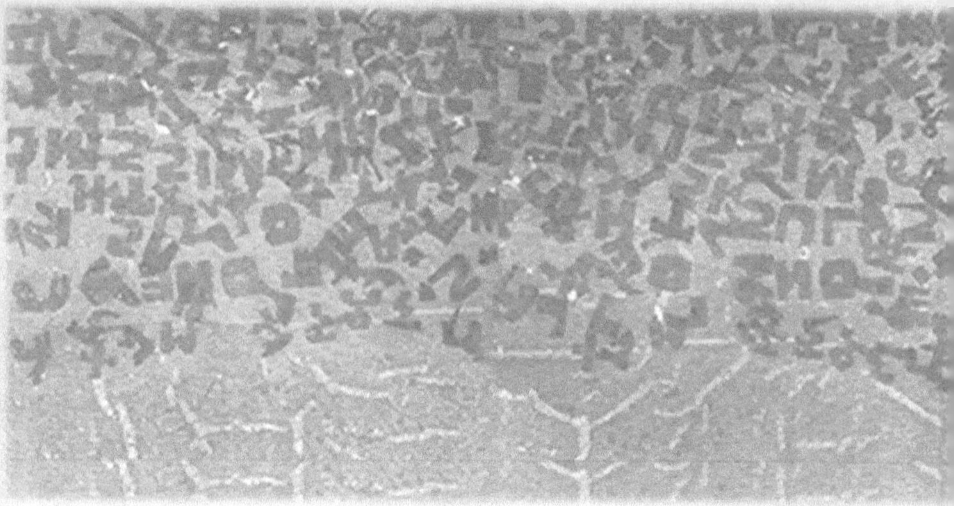

እውንና ህልም

ያን ያህል ረቀህ ከገባህ
ህልምህን ባይኔ ለማየት
እኔም ዓይንህን ልይበት
በባዶ እጄ ልደጉምህ
እርቃኔን ሆኜ ላሙቅህ
እማይጠፋ ጉም ላዝግንህ
እውን ሁንና ላልምህ

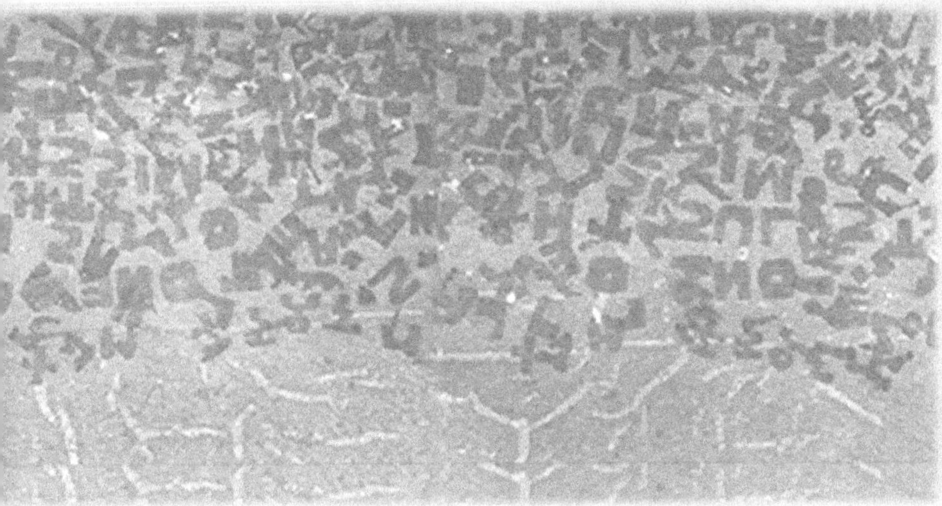

አትሂድ

የመኖርክን ድባብ
ግዝፈቱን ወደድኩት
ቀልብህን ለበስኩት
አሞቀኝ አቀፍኩት
ክብደቱን ለመድኩት
ስትርቀኝ ይረቃል
ስርጸቱን ፈራሁት

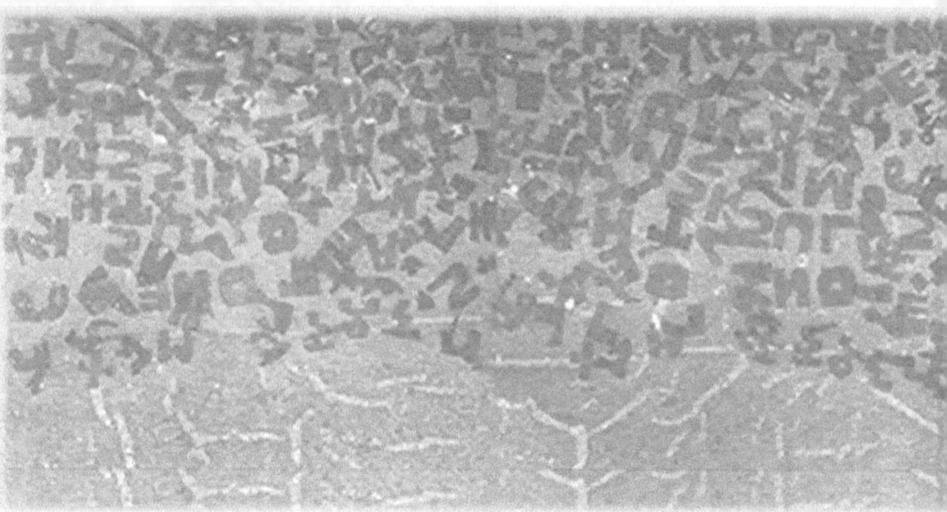

ፈልጋት

ለገጣሚ ነቢይ መኮንን

ሞትዋን በልደት የሻረች
እናትማ አትሞትም
ሰበአዊ ዓይን ባያያትም
ፈልጋት
በሰጠችህ ፍቅር ፀዳል
እልብህ ውስጥ ትኖራለች
ፍቅር ካለ ትገዝፋለች
ፈልጋት
በህይወት ዘመኗ ሁሉ
ለልጅ ፍቅር እየሞተች
የድሜ ጅምሯን የገጠመች
እናት ዳግም አትሞትም
ሰባዊ አይን ባያያትም
ፈልጋት
እንደ ሕፃን ንጹህ ሆነህ
በላንቃህ ርክርክ መሃከል
በልስልስ ምላስ ዳብሳት
በፍቅር ትንሳኤ ስጣት
ፈልጋት
በቅንድቦችህ መሃከል

በሽፋሽፍትህ ልባስ ሥር
ከናፍርዋ በዳሰሱት
በናትነትዋ ሚሥጥር
በመላ አካልህ ፈልጋት
ቅድሞ ሥጋ የነበረች
አሁን ግን ፍጹም ፍቅር ናት
ፈልጋት።

06/08/03 (እንደ አውሮጳ አቆጣጠር)

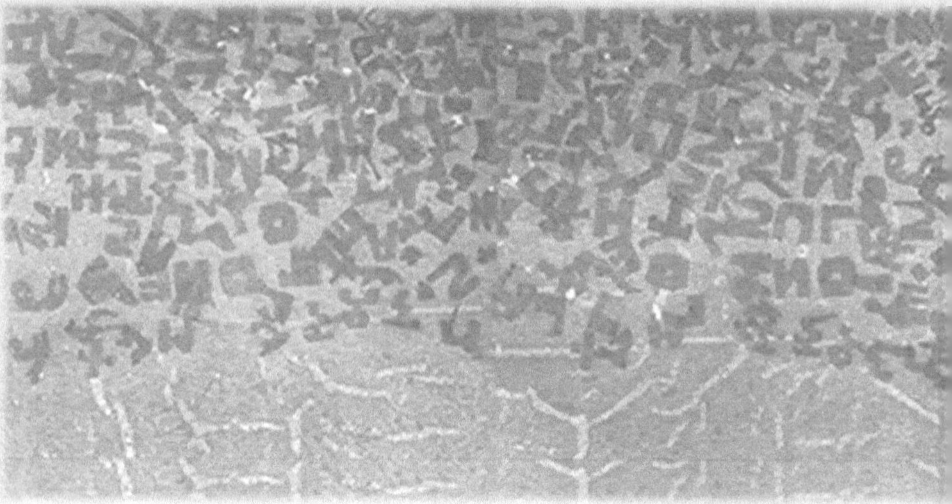

ዶፍ

የሓምሌ ዶፍ ነው እጦትሽ
ቀናቴን በጎርፍ ያጠበው
የያንዳንዱን እጹብ ግኝት
ኢምንት አድርጎ የጠረገው

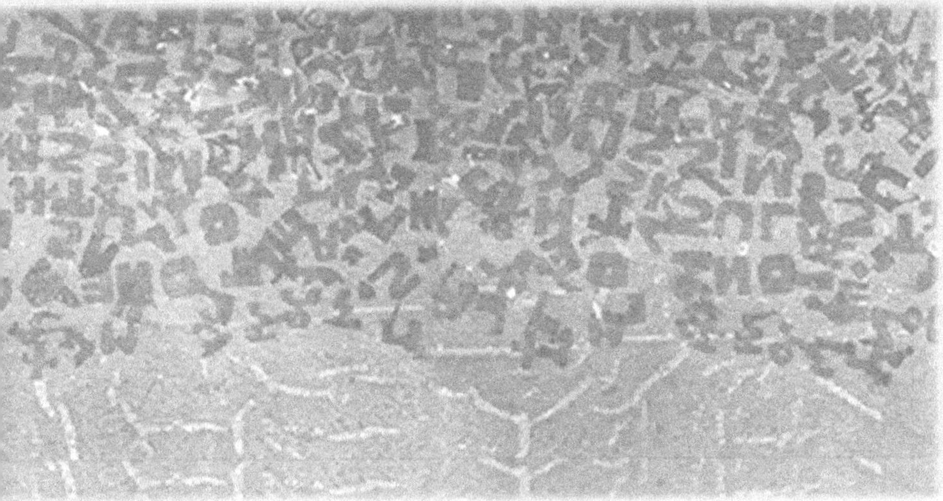

መክሊት

ምን አለ ይሆን አምላክሽ
ነፍስሽ እደጁ ቆማ
የሰጣትን መክሊት ቃርማ
አበርክታ ስትመለስ
በእድልዋ እንደባዘነች
በፍቅር እንደታደገች
ቃሉን እንደጠበቀች

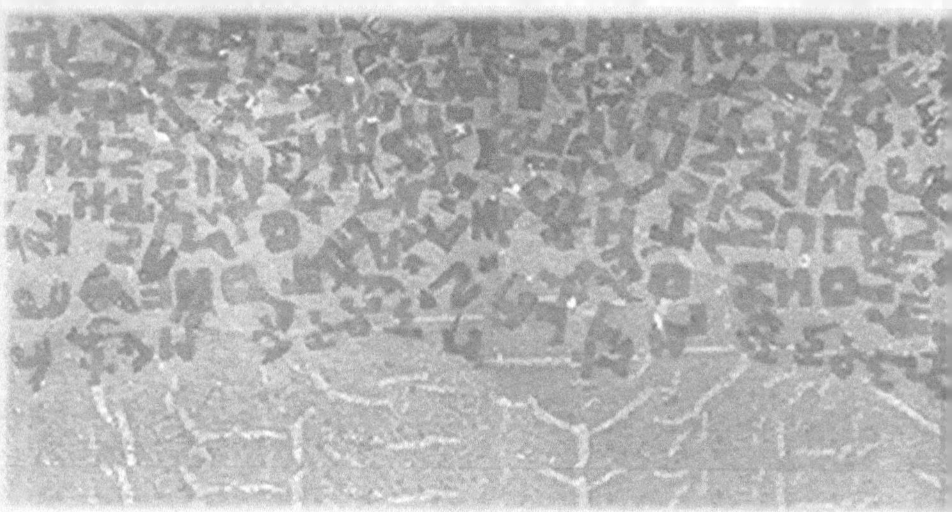

የሃርጌሳ እስር ቤት

በጠባብ ጊቢ ውስጥ ያለ
በግንብ የተከለለ
የቀዘቀዘ ስስ አየር፤
የጠዋት ጀንበር፤
ቅርፁ የተለጠጠ የሰው ጥላ፤
ህይወት መኖሩን የሚያሟላ
የደስታ ምንጭ ይሆናል ብሎ
ከቶውንስ ማን ያስባል?
ማንስ ያምናል?

እዛች ክልል ውስጥ ሕይወት አለ
እዛች ክልል ውስጥ ሰው አለ
ሆዱ ምግብ እንደረሳ በጀርባው የተንጋለለ
ያገሩ ድምጽ እንደጠፋው
ቋንቋውን እንደማለለ
ላይኑ ርቀት የማይሞላ ስፋት እንዳካለለ
ህሊናው በመንታ ሃሳብ በስጋት እንደቆሰለ

የቀዘቀዘ ስስ አየር፤
የጠዋት ጀንበር፤
የሰው ጥላ
የደስታ ምንጭ ሆነውት

ከሕይወት አያይዘውት
ይኼው አለ

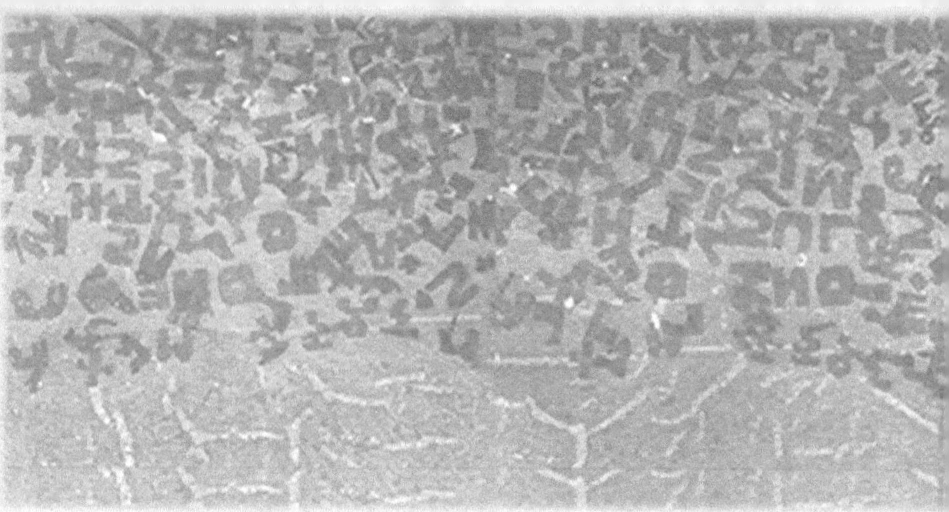

ሥውር ሥዕል?

ሥውር አሉት ይህን ሥዕል?
አሁን ይሄ ምን ስውር ነው?
እንጉርጉሮም ትርጉም አለው
ቁዘማም
የውስጥ ሰሜት የቃኘው
የራሱ ሥነ-ድምፅ አለው
ከቀረርቶ ያላነሰ
ከልልታ ያልደበዘዘ

የነፃነት ሞት ካልታየ “ማዘርዌል”ን እንጠይቀው
የዴሞክራቱን አመፃ
የፍራንኮ ሃይል ሲድጠው
ግዝፈቱ አልታዬ እንደሆን “ማዘርዌል”ን እንጠይቀው
ይህ አሁን ምኑ ሥውር ነው?

ለRobert Motherwell ሥዕል
Elegy to the Spanish Republic No. 35, 1954–58

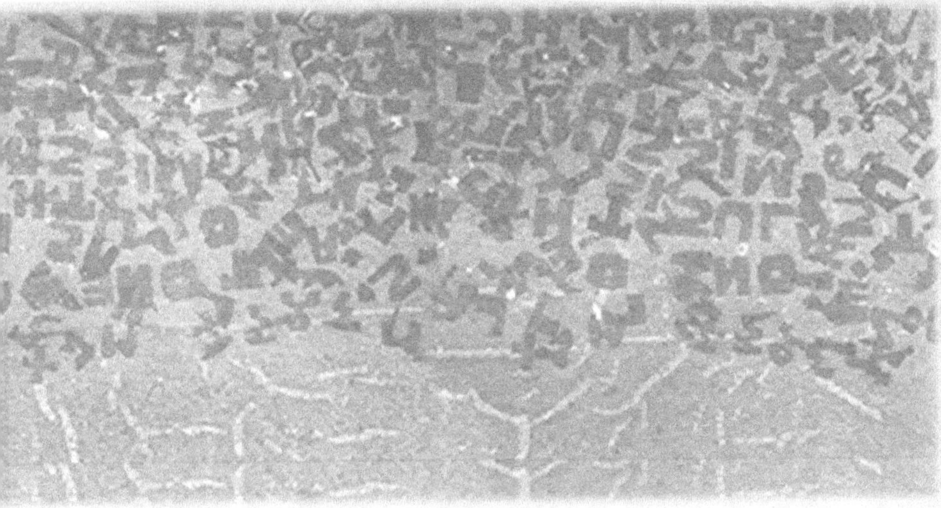

ጎያ

እውነት ነው ጎያ እውነት ነው
ሞትን መቀበል እንዲህ ነው
የጠላት ጥይቱ እንጂ ኢላማውማ እሚከሽፈው
ረቂቅ እምነት ላይ ሳይሆን
ግዙፍ ሥጋ ላይ እሚያርፈው
ሥጋን ብቻ የሚያፈርስ
ሥጋን ብቻ እሚገድለው
የጥይት ምንጩን እያዩ
በደረት ሲቀበሉት ነው

ሃቅ ነው ጎያ ጽልመት ነው
ጦርነትማ ጨለማ ነው
አጥፊና ጠፊ የሚተያይ
በጥላቻ ወጋገን ነው

የቀለምህ ቃለ-ሰናይ የሚናገረው ይህን ነው
የብሩሽ ቅኔህ ሚሥጥሩ
ውስጣዊ ወርቁ ፍች ነው
እውነት ነው ጎያ እውነት ነው.

10/12/1992 (እንደ አውሮጳ አቆጣጠር)
The Third of May 1808 ለተሰኘው የFrancisco Goya ቀለም ቅብ

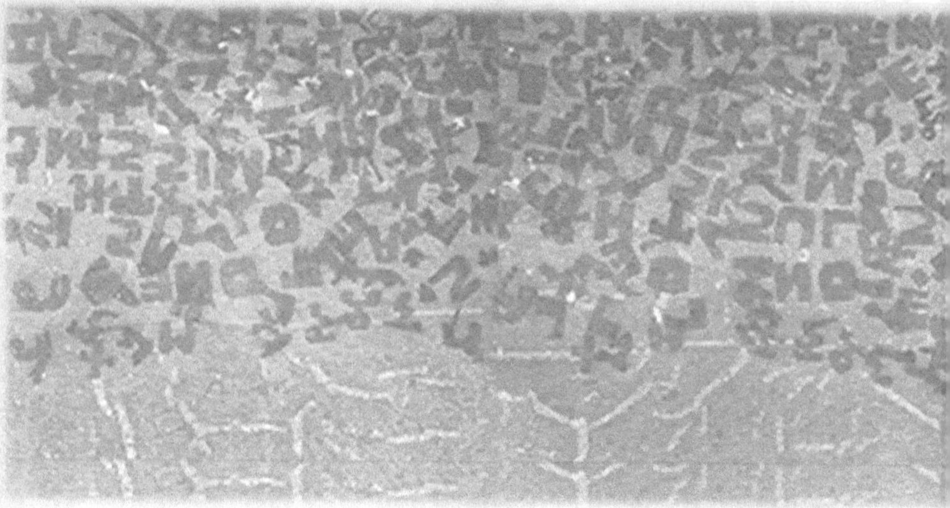

ካህን

ለሙሉቀን መለሰ

ይህንን የፍቅር ካህን
ከመቅደስ ያስወጣው ማነው?
ጽንህ ሙሉ መውደድ ይዞ
መአዛው ቤቱን ባወደው
በዜማ ምስጠቱ ጥልቀት
ጥላቻን ዘሩን አምክኖ
የመውደድ ዕፅ በተከለ
ከኪነት ሱታፌው መአድ
ምነው ራሱን ከለለ?

ከማኅሌቱ ውጭ ቆሞ
እንዳፈረሰ ደብተራ
ዜማን በዜማ ሊለውጥ
በሌላ ልሳን ሊጣራ
መላ ሲፈልግ አድሮ ውሎ
አሁንም እሱን መረጠ
ቃልን ከዜማ ቀየጠ

ቀድሞም እሱን ነው ያረገ
ቃልን ከዜማ አዋህዶ

መውደድን ሰማይ አሳረገ።

አገስት 5 2000 (እንደ አውሮጳ አቆጣጠር)

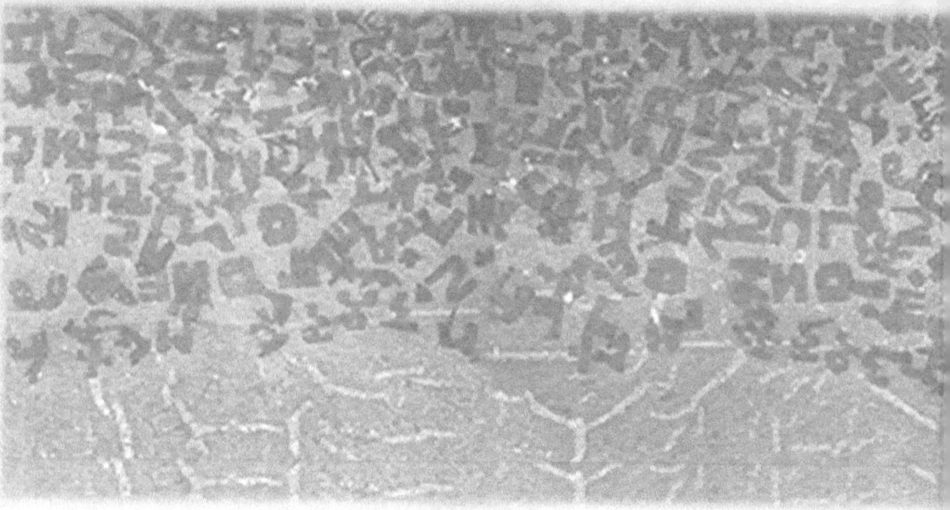

ፀሎት

ለእስክንድር ቦጎሲያን

እንደ ቀለምህ ፀዳል
እንደብሩሽህ ታምር ቃል
እንደ እርሳስ ሠረዝህ ትንግርት
እንደ እርሳስ ጭረትህም ኃይል
እንደ ህትመትህ ወዝ እራፊ
እንደ ቢላዋህ ዱካ ሰረዝ
እንደ ቀለምህ እርሳስ መቅረዝ
እንደ ብጣቂ ወረቀትህ
የስትንፋስ ጠብታ ድህነት
እንደ እራፊ ጨርቅህም ጠርዝ
ድብልቅ፣ ዝብርቅ፣ ብርዝርዡን
እቅፍ፣ ዝርግፍ፣ ዝርክርኩን
“ጨዋታ” ባልከው ታምራት
የቀለም ዙሪያ ቀለበት
የድብብቆሽ ስሌት
በኪነት ሂሳብ ጥበብህ
ውሉን እንደምታውቀው
ሕይወት እንደምትቸረው
የጥበብ ህንፃ ፍኖትክን
እንደዚያ እኮ ነው ያነፅከው

አሁን ግን የስሌት ማእድ እንቆቅልሽ
አንተ ሆነሃል እና
በዘመናት እፁብ ልምድህ
በኪነ-ጥበብ ተምስጦህ
ወደ አንት ና

ኤፕሪል 5, 1995 (እንደ አውሮጳ አቆጣጠር)

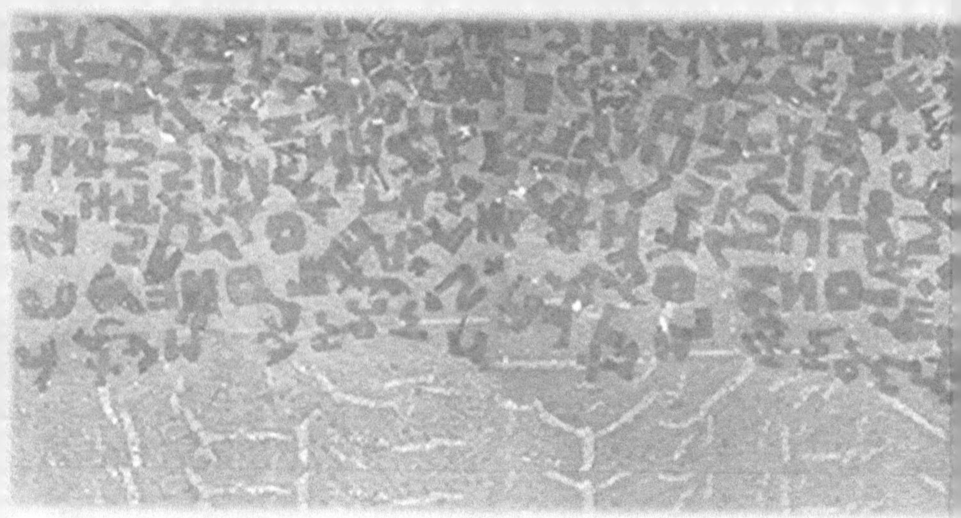

ቆይታ

ለውንድሜ ልጅ ለመስከረም ግርማ

ይህ ቆይታ
የውስጥ ጽናት ግድግዳዬን
በጥፍሮቹ ይቧጥጠዋል
በያንዳንዱዋ ሰከንድ ህልፈት
የግድግዳዬን ደርዝ ውፍረት
አንድ ባንድ ልጦ ይጥላል
እንደወረቀት ያሳሳዋል

ሥጋዬ
ከብረት የተሸመነ
የግርዶሽ ልባስ ይመስል
አካሌ
መቅደስ በር ላይ የተጣለ
ቀዳሾቹን ከምእመኑ በግርዶሹ የከለለ
ያን መጋረጃ ያክል
በተቃጣብሽ ህልፈትና
ባንቺ መሃል ልቆም መረጥኩ

የቃሌን ስለት እያደነዝኩ
ነገር እያለሰለስኩ

መንፈስሽን እንዳይጎዳው
ንጽሕ ልብሽን እንዳይወጋው
ህልምሽ ሲሞት እንዳታይው
እየተጓዝሽ እንድትተኚ
እንዳማረብሽ እንድታልፊ
እንደደፈርሽ እንድትሸኚ።

ሴፕቴምበር 25, 2015 (እንደ አውሮጳ አቆጣጠር)

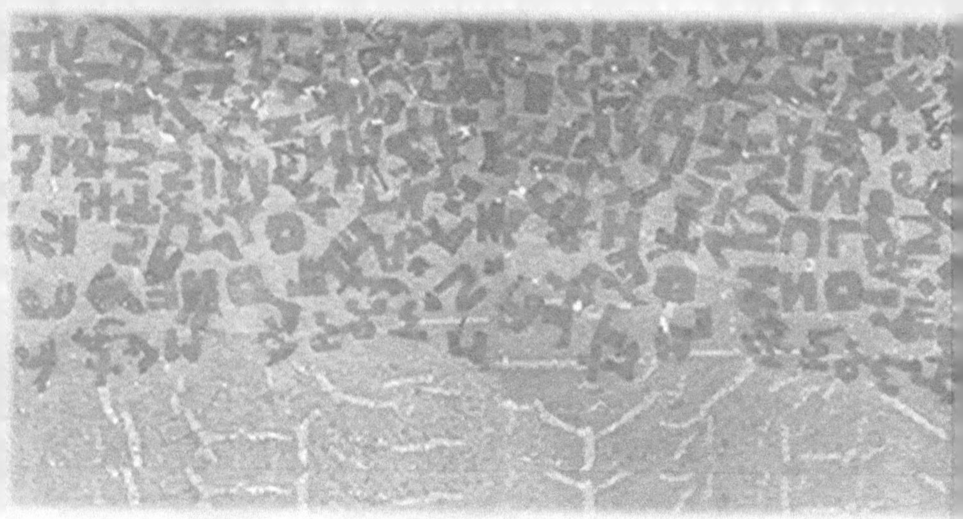

ሰማያዊ ህብር ዓመታት

(*The Blue Years* by Ethelbert Miller)
ውርስ ትርጉም

እናም ወደ ውጭ ወጣን
ዝናብ እንደ ዶፍ እየጣለ
ህሊናችን ወደኋሊት በሃዘን እየቆሰለ
ያቋረጥነውን ባህር እንደገና እየቀዘፍነው
አእምሯችንን በስቃይ ፊታችንን በንባ ኣጠብነው

ሕይወት የብካይ ጎርፍ ነው
እኛም የተወለድነው
በብሩህ ፍላጎትና በተስፋ መቁረጥ መሃል ነው
በዚያ ቦታ
ከዋይታችን ቀደም ብሎ በስደት ወደረገጥነው።

ሰማያዊ ህብር ዓመታት
የሚቀመስ ምግብና የውሃ ጠል የታጡበት
ሰማያዊ ህብር ዓመታት
ቁጥራቸው የበዛ ሰዎች ባየር ንፍገት የሞቱበት

ይህ ነው የማይባል ጥማት
ምላሶቻችን የታበሱት በሰማያዊ ቀለማት

06/21/2021 (እንደ አውሮጳ አቆጣጠር)

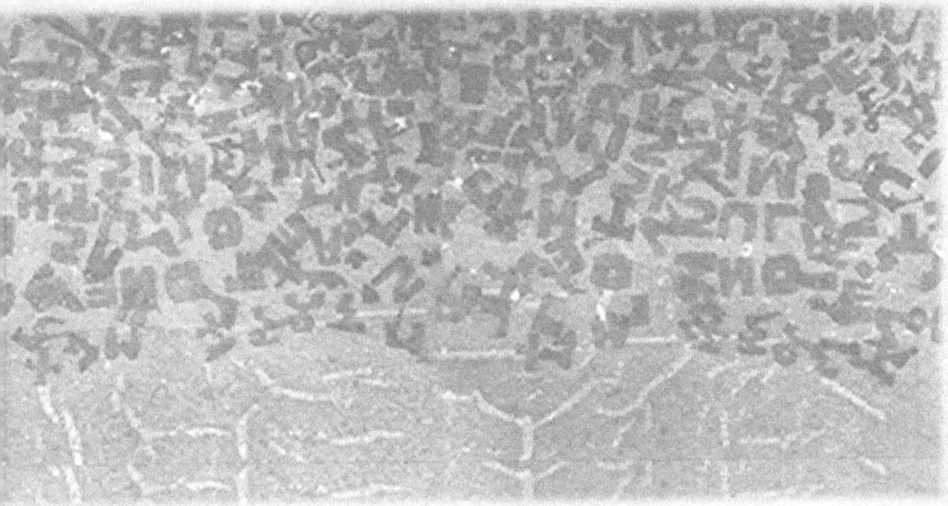

ሃዘን የተቀባ ነፃነት

(*Blue Freedom* by Ethelbert Miller)
ውርስ ትርጉም

ማምሻውን
ሚስተር ሊንከን
ሰማይ-ጠቀስ ቆባቸውን ኣውልቀው
ከውስጡ ነፃነታችንን መዘው
ሰጡን አሉ

ዳግላስ ታላቁ ሰው
አንድ ቀን
ዜጎች እንሆናለን ብለው
አመኑ
ከቶውንም የምንመርጥ
ሃሳባችንን የምንሰጥ

ኤድሰን የተባለ ሰው
ትላንት ሌሊት በ'ልሜ መጥቶ
ፊቱ በብርሃን ተሞልቶ
ቤሲ እስሚዝን እንዳዳምጥ
ፎኖግራፍ ሊፈጥርልኝ

ቃል ገባልኝ

በየእለቱ
አሳዛኝ ዜማ እያዜምኩኝ እነቃለሁ
ምን አውቃለሁ
ቅኝቱ
የማን መሆኑን ባለይም
እንዲህ ደብሮኝ ግን አላውቅም።

06/20 /2021 (እንደ አውሮጳ አቆጣጠር)

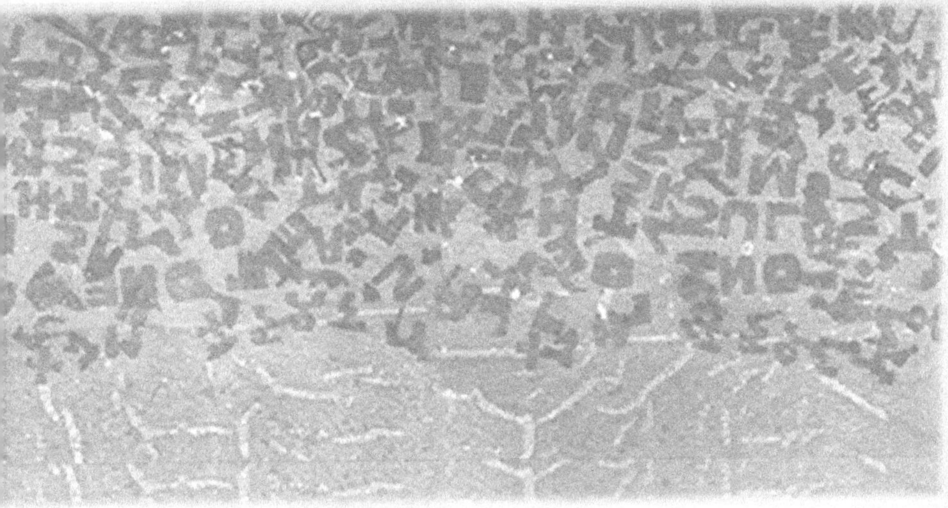

አንደኛችን ጠፍተናል

(One of Us Is Missing፡ By Ethelbert Miller & Miho Kinnas)
ውርስ ትርጉም

አውቶቡሱ አመለጠኝ
እረሳሁት
መቼ ነበር
ከባህሩ ጥግ ተነስቼ
መጠለያ የገባሁት?
እርጥበቱ ቢተንም
ጸጉሬ ጨው እንደላሰ
አመድ እንደለበሰ።

ሌሎቹ አብረውኝ ሳይሆኑ
እንዴት እዘልቀው ይሆን
እናቴን ትቻት ስመጣ
ምንድን አልማ ይሆን?
አውቶቡሱ አመለጠኝ።

ምን ያክል ጊዜ ልታገስ?
የምጠብቀው አውቶቡስ
ሌላጋ ይጥለኝ ይሆን?

ፈጽሞ ያጠፉኝ ይሆን?
ምን ቦታ ላይ ነኝ ያለሁት?
አጉል አገር ነው የደረስኩት።

የት እንደምሄድ አላውቅም
ያረግኩዋቸውን ጫማዎች
በምግብ ልለውጣቸው?
ካርታውን ከቶ አላገኘው።

የውስጥ ፍኖት ጨለማ
የአዲስ መንገዶች ፋና

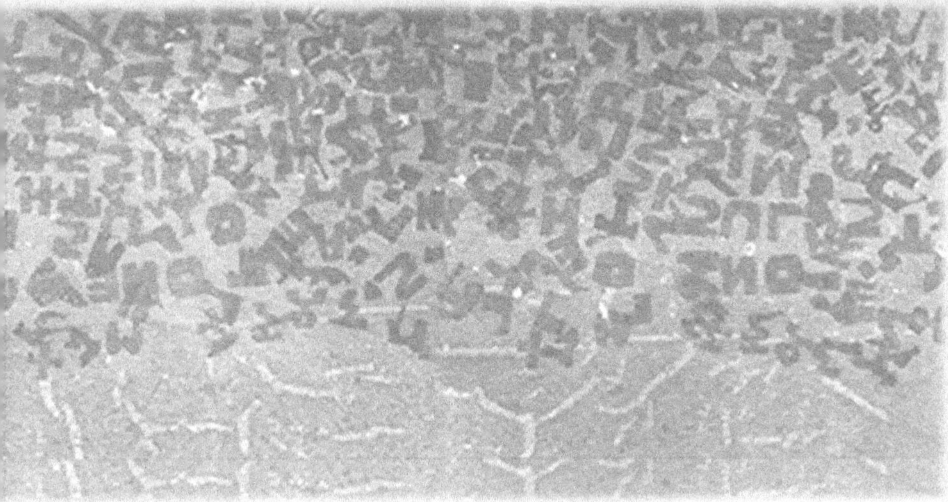

ቦታዎች ትዝታ ናቸው

ለእናቴ ለወይዘሮ ምሥራዊት ገብረእዝጊ

ዳእሮ ሄጄ
ከልጅነትሽ ቆንጥሬ
ታሪክ ከውበት አዋህጄ
አባትሽ እቆርቆሩት መንደር
ከተኮር ወንዝ ባሻገር
ዳዴ ባልሽበት ምድር
ከተጫውትሽበት አፈር
ትልቅ የድንጋይ ቤት “ህድሞ”
ያደግሽበት ቤት ውስጥ ከረምኩ
ያላየሁትን ልጅነትሽን
አብሮ እንዳደገ ናፈ’ኩ

ደረትሽ ልሙጥ ሳለ
አዲስ አባ ገባሽና
የኑሮ ሙዳይ ወጥነሽ
መሰረትሽን እንደሰበዝ
ማስተዋልሽን እንዳለላ
በፍቅር ቀለም ደስነሽ
እንደ ላንቲካ ያነሰች
እንድውቅያኖስ የሰፋች

ጎጆ ቀለስሽ
የህይወት ጉዞሽ እስኪያበቃ
ቤትሽን በጀርባሽ አዝለሽ
ብዙ ባህሮች አቋረጥሽ

ዳእሮ ሄጄ
ከልጅነትሽ ቆንጥሬ
ታሪክ ከውበት አዋህጄ
ግቢው ውስጥ ያሉት ቅመማት
ካንቺ በፊትም የኖሩ
አብርወሽ ዘመን የቆጠሩ
ናና፣ አዝመሪኖ፣ ድንብላልና ጦስኝ....
ገና ከሩቁ ያወዱኝ
በስደት ህይወት ኑሮሽ ወስጥ
መከሊትሽን ያኖርሽበት
የዲሲ ቤትሽን አስታወሱኝ
ካገር ርቀሽ አገር አቅፈሽ
እዚያ ኖረሽ ይህን ወስደሽ

አፍንጫዬ እግሬን መርቶ
ከቤትሽ ጉዋሮ አደረሰኝ
ህጻናት የጠፈጠፉት
የተከመረው ደረቅ ኩበት
የራሱን ውበት አሳየኝ
እተማርኩበት ሃገር
የ “ኪፈርን” ድንቅ ስራ
አስቀድሞ እንዳየሁት
ምድራዊነቱን እንዳደነቅኩ
ሚዛኑን እንደወደድኩት
የደረቀው ኩበት ክምር
መስመር ሳይጠብቅ
ወይ ሳይሰብር
እንደ “ኪፈር” ቅርጽ ድርድር
እያንዳንዱ ጥፍጥፍ ኩበት

ከንፈር ለከንፈር ሳይሳሳም
ላይ በላይ ተነባብሮዋል
"ኪፈር" ቀድሞ ያየውን ጥበብ
የተማረውን ሸሮ
ወደሁዋሊት ተመልሶ
ያለፈውን ወንዝ ተሻግሮ
ወደ ፍጥረት አዘንብሎ
የደረሰበትን ውበት
የዳእሮ ትንንሽ ልጆች
ተከነውት አገኘሁት

ዳእሮ ሄጄ
ከልጅነትሽ ቆንጥሬ
ታሪክ ከውበት አዋህጄ
አሻግሬ ቁልቁል አየሁ
ሰውና እንሰሳ ተቀላቅሎ
ተፈጥሮም በዛው ታክሎ
የቀዘቀዙ ቀለማት
ድምቀት ታክሎባቸው
ምድሩን በህብር አቅልመው
እንደተዋጣለት ሥነ-ቅብ
በፊቴ ላይ ተዘርግተው
"ፒየር ቦናርድ" ዳእሮን ያየው
ምን ጊዜ ነው?
ብዬ ጠየቅኩ
ውበት ከውበት እያማረጥኩ

ከሩቅ በምሰማው ዝማሬ
የከብቶች ድምጽ በፈጠረው
ከግር መንገዱ ግራና ቀኝ
ያበባ ንስንስ ባደመቀው
የውበት ጸደይ ተከብቤ
የሳሩ ጠል ሰውነቴን

እንደጸበል እያራሰው
ያገር ነፍሳት ሊያላምደኝ
ቆዳዬን እየዳሰሰው
ካላየሁት ግን ከማውቀው
ራቅ ብሎ ወደ ሚታየኝ
ትልቁ ዋርካ አመራሁ
ስምን ከቦታ አገናኘሁ
ተግባርን ከስም ጋር ቋዋጨሁ።

ትልቁ የሾላ ዋርካ
ስሙን ለቦታው የለገሰ
አሁንም ግዝፈቱን ይዞ
ቅጠሉን እንደለበሰ
ቀድሞም
ታሪክ እንደ ዘገበ ብያኔን እንደመዘነ
ፍትህ ሲቃና ተደስቶ ሲጎድል ሆዱ እንዳዘነ
የሸንጎ መዋያ ሆኖ ሸንጎኞች እንዳጠለለ
ያሳደጋትን ልጅ ሸኝቶ ያላወቃትን ተቀበለ

ፊቱ ቆሜ ላስተውል ሞከርኩ
ተመልሼ ወደኋሊት
የዘመን ሸማውን ዲሳን
የአውቃቀሩን ረቂቅ ሥልት
የህይወት ጣጣሽን ሁሉ
እንደ አንቀልባ ያዘለሽብት
ሚዛን ያለው መሰረትሽ
ጥንስሱ የተጣለበት

አባትሽ
ሸንጎ ሰብሳቢ ነበሩ
ከሾላው ዛፍ ሥር ተቀምጠው
ያገር ጉባኤ ሚመሩ
ህፃን ሆነሽ
ካንቺ ቁመት ከሚበልጡ

ቀጤማ ሥር ተደብቀሽ
ሸንጎውን ታዳምጪያለሽ
ወይ ተደንቀሽ ወይ ተስማምተሽ
ወይም አዝነሽ
ካቅምሽ በላይ ባለ ጉዳይ
እንቅልፍ እንዳጣሽ ታድሪያለሽ

"ሽቱትጋርድ" ውስጥ ጀርመን አገር
የከተማው ሕፃን ልጆች
ቆዳሽ ሲያስደንቃቸው
እሚለቅ ቅብ ሲመስላቸው
አንቺ....
ልጅ እና ሃገር ጠፍተውብሽ
በሰው ምድር እመትባክኚ
ያንቺው ጠበቃ ልትሆኚ
ጦርና ጋሻ በማይበቃው
ለምድ እና አልባስ በማይጠቅመው
የህግ ፊት
በድፍረት ቆምሽ እርቃንሽን
ሰምተው በማያውቁት ልሳን
ልታስከብሪ ሃቅሽን
ያለም ዜግነት መብትሽን
እናም ሆነ
በ 1980 እሽቱትጋርድ
ያስከፈትሽው በር
ይኸው ስንት ነፍስ አዳነ!

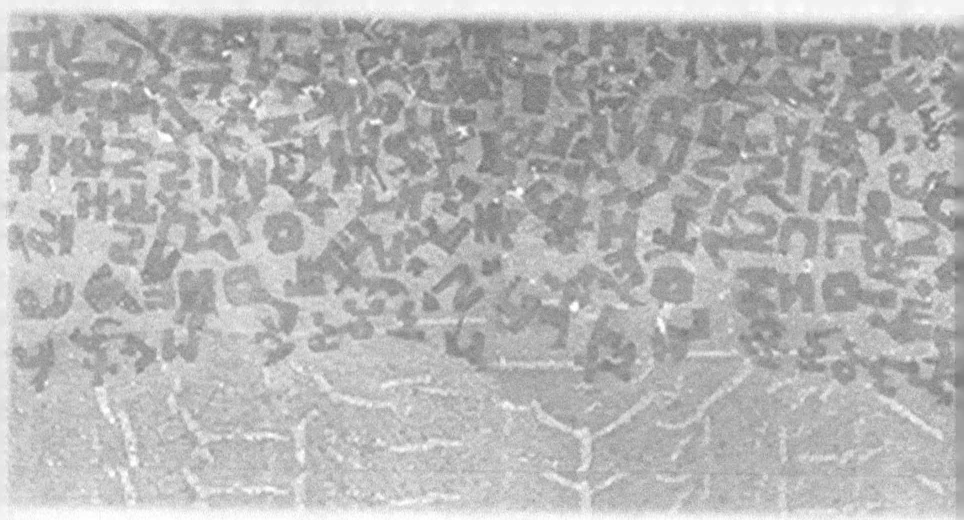

ስለደራሲዋ

ከበደች ተክለአብ በሲቲ ዩኒቨርሲቲ ኦፍ ኒውዮርክ ውስጥ ነባር የሥእል አሶሲየት ፕሮፌሰር ነች። የመጀመሪያው የከበደች ተክለአብ የግጥም መጽሐፍ የታተመው እንደ አውሮጳ አቆጣጠር 1990 ሲሆን በ2020 እንግሊዛዊው ክሪስ በኬትና ዓለሙ ተበጀ አሰባስበው በጻፉት "*Songs We Learn From Trees: An Anthology of Ethiopian Amharic Poetry,*" የግጥም መጽሐፍ ወስጥ ግጥሞቿ ተካተዋል። በ2023 ህንድ አገር በታተመው "*Soul Spaces: Poems on Cities, Towns & Villages*" በተሰኘው የግጥም ስብስብ መጽሐፍ ውስጥም ግጥሞቿ ታትመዋል። "*Poetry International*" የተሰኘው ድረ-ገጽ በንግሊዝኛ የተተረጎሙ ግጥሞቿን በነዋሪነት ሲያሰፍር የእንግሊዝ አገሩ "*The Manchester Review*" እንዲሁም የኒውዮርክ ዩኒቨርሲቲው "*Washington Square*" የተሰኙት ታዋቂ ጆርናሎችም ግጥሞቿን አቅርበዋል።

ከበደች ተክለአብ በሥእል ሞያዋም በታወቁ ሙዚየሞችና የሥእል ተቋሞች ውስጥ በግልና በህብረት የሥእል አውደ-ራእዮች አቅርባለች። ከነዚህ ውስጥ ጥቂቶቹ በዋሽንግተን ዲ.ሲ. የሚገኘው '*The Museum of African Art, Smithsonian Institution*" ቺካጎ የሚገኘው "*Holocaust Museum*" ስቫና ጆርጂያ የሚገኘው '*Maritime Museum*" የፍሎሪዳው "*Museum of Art in Orlando*" እንዲሁም የኒውዮርኩ ኮሎምቢያ ዩኒቨርሲቲ እና የዲ.ሲ.ው አሜሪካን ዩኒቨርሲቲ ሚዚዮሞች ናቸው። የመጨረሻው ዓለም አቀፍ ተሳትፎዋ በግሪክ አገር ነበር።